D1770873

எனது சிறிய யுத்தம்

எனது சிறிய யுத்தம்

பெர்னார்ட் சந்திரா (பி. 1953)
மொழிபெயர்ப்பாளர்

கன்னியாகுமரியில் பிறந்தவர். வணிகவியல் பேராசிரியராக 13 ஆண்டுகள் சென்னை டி.பி. ஜெயின் கல்லூரியிலும் 23 ஆண்டுகள் பாளையங்கோட்டை தூய சவேரியார் கல்லூரியிலும் பணியாற்றி, ஓய்வு பெற்றவர். நாகர்கோவிலில் வசித்துவருகிறார்.

எழுத்தில் ஆர்வம்கொண்டவர். இதழ்களில் கட்டுரைகள் எழுதியுள்ளார். இது இவரது முதல் மொழிபெயர்ப்பு நூல்.

மனைவி : ஹெர்மனா ஜில்ட் ஆராச்சி
மகன் : கரோல் வசந்த், மகள்: ஆனி வர்த்தினி
கைபேசி : 9443123125
மின்னஞ்சல் : bernardchandra@gmail.com

லூயிஸ் பால் பூன்

எனது சிறிய யுத்தம்

ஆங்கிலம் வழி
தமிழில்
பெர்னார்ட் சந்திரா

காலச்சுவடு பதிப்பகம்

அன்பார்ந்த வாசகருக்கு,

வணக்கம்.

காலச்சுவடு நூலை வாங்கியமைக்கு நன்றி.

நூலின் உள்ளடக்கம், உருவாக்கம், அட்டைப்படம் இன்ன பிற அம்சங்கள் பற்றிய உங்கள் கருத்துகளையும் ஆலோசனைகளையும் காலச்சுவடு வரவேற்கிறது. தகவல், எழுத்து, வாக்கியப் பிழைகள் தென்பட்டால் கட்டாயம் தெரிவித்து உதவுங்கள். நூல் தயாரிப்பில் கடும் குறைபாடு இருப்பின் மாற்றுப் பிரதி உங்களுக்குக் கிடைக்கக் காலச்சுவடு ஏற்பாடு செய்யும்.

மின்னஞ்சல்: **publisher@kalachuvadu.com**

காலச்சுவடு நாகர்கோவில் அலுவலகத்திற்குக் கடிதம் அனுப்பலாம்.

தங்கள்
எஸ்.ஆர். சுந்தரம் (கண்ணன்)
பதிப்பாளர் — நிர்வாக இயக்குநர்

Flemish Literature Fund

The translation of this book was funded by the Flemish Literature Fund (www.flemishliterature.be).

© Louis Paul Boon

First Published in 2006 by De Arbeiderspers

எனது சிறிய யுத்தம் ❖ ஃபிளெமிஷ் நாவல் ❖ ஆசிரியர்: லூயிஸ் பால் பூன் ❖ ஆங்கிலத்தில்: பால் வின்சென்ட் ❖ தமிழில்: பெர்னார்ட் சந்திரா ❖ முதல் (குறும்) பதிப்பு: ஆகஸ்ட் 2015, ஆறாம் பதிப்பு: டிசம்பர் 2023 ❖ வெளியீடு: காலச்சுவடு பப்ளிகேஷன்ஸ் (பி) லிட்., 669, கே. பி. சாலை, நாகர்கோவில் 629001

enatu ciRiya yuttam ❖ Flemish Novel ❖ Author: Louis Paul Boon ❖ Translated by Bernard Chandra ❖ Language: Tamil ❖ First (Short) Edition: August 2015, Sixth Edition: December 2023 ❖ Size: Demy 1x8 ❖ Paper: 18.6 kg maplitho ❖ Pages: 136

Published by Kalachuvadu Publications Pvt. Ltd., 669, K.P. Road, Nagercoil 629001, India ❖ Phone: 91-4652-278525 ❖ e-mail: publications @kalachuvadu.com ❖ Printed at Adyar Students xerox Pvt. Ltd., No. 275 Habibullah Road, Triplicane high Road, Opp Triplicane Post Office, Triplicane, Chennai 600005

ISBN: 978-93-84641-33-7

12/2023/S.No. 668, kcp 4943,18.6 (6) 1k

மொழிபெயர்ப்பாளர் முன்னுரை

முதலாம் உலக யுத்தம் உருவாக்கிய காயங்கள் ஆறாமல், அவற்றின் வலிகள் ஓர்மையின் துடிப்பிலே இன்னும் பிதுங்கிக்கொண்டு ஆசுவாசத்திற்கு ஏங்கிக்கொண்டிருக்கும் ஒரு சமூகம், திடீரென்று அதைவிட மூர்க்கமான கோரமான யுத்தத்திற்குள் சிக்கிக்கொண்டு பெரும் சீரழிவைச் சந்தித்த காலகட்டத்தின் சில தடயங்கள் இவை; ஏன் இந்த யுத்தம், எதற்காக இதனுள் தள்ளப்பட்டோம் என்ற கேள்விகளுக்கு விடை தெரியாமல் நிலை குலைந்துபோன சாதாரண மனிதர்களைப் பற்றிய சிறுசிறு பதிவுகள் இவை; பெரும் யுத்தம், சமூகத் திலும் தனிமனிதர்களிடத்திலும் ஏற்படுத்தும் சஞ்சலங்களையும் சறுக்கல்களையும் வக்கிரங் களையும் விரக்திகளையும் பிறழ்வுகளையும் சமரசங்களையும் வெளிப்படுத்தியிருக்கும் காட்சிகள் இவை. நரகக் குழிக்குள் இருந்துகொண்டே அதை வெளியே இருந்து அவதானிக்கும் மனநிலையில் மெய் எது, கனவு எது என்று இனம்காண இயலாத ஒரு பித்த மனத்தின் அங்கலாய்ப்புகள் இவை. ஒரு யுத்தத்தின் கதை இது; ஆனால் யுத்தத்தைப் பற்றிய கதை அல்ல. மனிதர்களின் கதை. ஆம், யுத்தத்தில் சிக்கிக்கொண்ட பல மனிதர்களின் கதை.

பத்தொன்பதாம் நூற்றாண்டின் இறுதிக் கால கட்டத்தில் நெதர்லாந்திலிருந்து பிரிந்து தனி நாடான பெல்ஜியம், மத்திய காலந்தொட்டே பிரான்ஸ், ஜெர்மானியப் பேரரசுகளுக்கிடையேயான பகுதியாதலால், ஐரோப்பிய வல்லரசுகளுக்குள் சண்டை மூளும்போதெல்லாம் அச்சண்டைகளின் களமாகவே இருந்திருக்கிறது. முதல், இரண்டாம்

உலக யுத்தங்களிலும் இது தொடர்ந்தது. எனவேதான் 'ஐரோப்பாவின் யுத்த களம்' என்ற அடைமொழியும் பெல்ஜிய நாட்டிற்கு வந்துசேர்ந்திருக்கிறது. இரண்டாம் உலக யுத்தத்தில் பிரான்ஸ் நாட்டைக் கைப்பற்ற முன்னேறிய ஜெர்மானியப் படையினர் முதலில் பெல்ஜியத்தைச் சீரழித்தனர். நாற்பதாயிரத்துக்கு மேல் (அதில் பாதி யூத இன மக்கள்) பெல்ஜியத்தினர் கொல்லப்பட்டனர் என வரலாற்றுத் தகவல்கள் குறிப்பிடுகின்றன.

பெல்ஜிய மக்கள் கிட்டத்தட்ட சரிபாதி அளவு பிரெஞ்சு மொழி பேசும் தென்பகுதியினராகவும், மற்றவர் டச்சு மொழி பேசும் ஃபிளெமிஷ் மக்களாகவும் இருக்கின்றனர். பாராளுமன்ற மக்களாட்சி முறையிலான அரசமைப்பைக் கொண்ட (பெயரளவுக்கு அதிகாரமில்லாத மன்னரும் உண்டு) பெல்ஜியத்தில், இன்றளவும் இந்த இருமொழி பேசும் மக்களிடையே பூசல்களும் இறுக்கமும் உண்டு. ஒருவரையொருவர் சந்தேகக் கவனத்தோடு நோக்கும் மனநிலையை மரபாகக் கொண்டிருந்த பெல்ஜிய மக்கள் யுத்த காலத்தில் படையெடுப்பாளர்களால் சந்தித்த அழிவோடு எப்படிப்பட்ட உள் அழுத்தங்களையும் சமாளித்திருக்க வேண்டும் என்பதையும் நினைவில் கொள்ள வேண்டும்.

இந்நூல் புதினமா, சிறுகதைகளின் தொகுப்பா, கட்டுரைக் கோவையா அல்லது வேறெதுவுமா என்று வரையறுத்துச் சொல்ல இயலாத தன்மையில் இருப்பதால் இதன்மேல் ஒரு புதிர்த் தன்மையும் படர்கிறது. தொடர்ச்சியான நிகழ்வுகள், நீண்ட விவரணைகள், தொடக்கம் முடிவு, தத்துவ விசாரணைகள் இல்லாமல் யுத்தம் என்ற வரைசீலையில் தீட்டப்பட்ட காட்சிப் படிமங்களாக இந்நூல் அமைகிறது. வரைசீலையும் காட்சிகளும் முயங்கி வாசகருக்குப் பல்வேறு உணர்வுகளையும் மானுட இருப்பு சார்ந்த கேள்விகளையும் உருவாக்குகிறது.

கோர்வையான நிகழ்வுகளை உள்ளடக்கிச் சீரான நடையில் பிழையில்லா மொழியில் கிரமமாக எழுதப்பட்டு வெளிவந்து கொண்டிருந்த புதினங்கள் (யுத்தத்தைப் பற்றியும் இன்னபிறவும்) உண்மைக்கு மிகவும் விலகி இருப்பவை என எரிச்சலுற்றிருந்த மனநிலையில் லூயிஸ் பால் பூன், தான் பார்த்த சம்பவங்கள், காதில் விழுந்த உரையாடல்கள், பத்திரிகைகளில் வெளிவந்த போர் பற்றிய துணுக்குச் செய்திகள் என பலவற்றின் கலவையாக, யதார்த்த விரசம் உட்பட எதையும் மறைத்துப் பாசாங்கு செய்யாமல், ஒரு விமர்சகர் குறிப்பிடுவதுபோல 'தட்டச்சுப் பொறியை எந்திரத்துப்பாக்கியைப்போல்' பயன்படுத்தி இந் நூலைப் படைத்திருக்கிறார். நிறுத்தற்குறிகளைத் தன்போக்கில்

பயன்படுத்தி மரபான வாசிப்புக்குச் சிக்கல் ஏற்படும் வகையில் தனது நூலின் மைய இழையான அவலமும் குழப்பமும் எழுத்தின் நடையிலும் ஆசிரியர் வரச்செய்திருப்பது இந்நூலுக்குப் புதுமை சேர்க்கிறது. ஒவ்வொரு தலைப்பின் கீழும் சில நிகழ்வுகள் அல்லது சில மனிதர்களைப் பற்றிய குறிப்புகள் என்ற வகையில் ஒரு பெரிய பகுதியும் பின்னர் சாய்வெழுத்துக்களில் துணுக்குகள் போன்ற அவதானிப்புகளும் உள்ளன. பெரிய எழுத்து அழுத்தங்கள் நூலாசிரியருடையவை: நிகழ்வுகளின் முரணையோ அவற்றின் தாக்கத்தையோ தனது வலியையோ வாசகருக்கு வெளிப்படுத்த அவர் கையாளும் உத்தி இது. இம்மொழிபெயர்ப்பில் படைப்பாளியின் நடை இயன்றவரை பின்பற்றப்பட்டிருக்கிறது. திரும்பத் திரும்ப வரும் ஒரே சொல்லால் வாக்கியத்தையோ பத்தியையோ தொடங்கும் பாணியும் அவருடையதே.

'யுத்தத்தின் கதைகள்' என்ற தலைப்பில் பதினேழு கதைகளுடன் முதலில் பத்திரிகையில் பிரசுரமாகி, பின்பு அதிகக் கதைகளுடன் புதினமாக ஃப்ளெமிஷ் மொழியில் வெளிவந்த வேளை அதிர்ச்சியையும் ஆர்வத்தையும் ஒருசேர ஏற்படுத்திய இந்நூல், தார்மீகக் கனல், நேரடித் தன்மை, தனித்துவமான மொழிநடை போன்ற காரணங்களால் ஃப்ளெமிஷ் மொழியின் சிறந்த இலக்கியப் படைப்பு என்ற அடையாளத்தை இயல்பாகப் பெற்றிருக்கிறது. ஒவ்வொரு பகுதியும் யாரோ ஒருசில மனிதர்களைப் பற்றிய அல்லது சில சம்பவங்களைப் பற்றியதாக அமைகிறது; அதுவும் இறுக்கமான சில வரிகளில். இந்த இறுக்கமும் செறிவும் உருவாக்கும் படிமங்கள் பக்கம் பக்கமாக வரும் பத்திகள் செய்ய முனையும் வாசக விளைவுகளைவிட அதிகமாக நிகழ்த்திவிடுவது இப்படைப்பின் சிறப்பு. போர் பற்றிய தகவல்கள் ஆங்காங்கே வெளிப்பட்டாலும் போரின் விளைவுகளாக மனிதர்களின் அவலத்தையே உரக்கப் பேசுகிறது இந்நூல். ஆங்கில மொழிபெயர்ப்பு வெளியான பின்பு உலகளாவியக் கவனமும் இந்நூலுக்குக் கிடைத்திருக்கிறது.

இந்திய மொழிகளுள் முதன்முதலாகத் தமிழில் இந்நூல் வெளிவருகிறது. மொழிபெயர்க்கும் ஆவல் இருந்த வேளை ஆங்கிலப் பதிப்பிலிருந்து தமிழுக்கு இந்நூலை மொழிபெயர்க்கும் நல்வாய்ப்பைத் தந்தவர் 'காலச்சுவடு' கண்ணன். அவர் எனக்குத் தந்த ஊக்கமும் காட்டிய பொறுமையும் கைம்மாறு செய்ய முடியாதவை. அவருக்கு என் நன்றி. மொழிபெயர்ப்பைப் பார்வையிட்டு, வழிநடத்தி திருத்தங்கள் செய்து செம்மைப்

படுத்தியவர், தமிழ் மற்றும் சமூகவியல் ஆய்வுலகில் நுட்பமான பாய்ச்சல்களை நிகழ்த்தி இப்புலங்களை மேலடுக்குகளுக்கு நாளும் உயர்த்திக்கொண்டிருக்கும் அறிஞர் ஆ.இரா. வேங்கடா சலபதி. அவருக்கு என் நன்றி. இந்நூலை வடிவமைப்பு செய்தவர் திருமதி கலா. அவர்களுக்கும் என் நன்றி.

நாகர்கோவில்
7.8.2015

பெர்னார்ட் சந்திரா

நீங்கள் உங்களது சிறிய யுத்தத்தை எழுதுங்கள்.

நீங்கள் ஒரு மாறுபட்ட – பிரம்மாண்டமான, ஆழமான, இன்னும் அழகான – புத்தகத்தை எழுதக்கூடும். நீங்கள் சொல்வீர்கள் "இவை ஒரு பெரிய யுத்தத்தின் முகவாசலில் ஒரு எளிய மனிதனின் சாபங்களும் வேண்டல்களும், இவை பாடல்கள், **இதுவே யுத்தத்தின் வேதப்புத்தகம்.**" அப்புறம் அடுத்த நாள் உங்கள் பேனாவை உடைத்து நொறுக்குவதைவிட – அது ஒரு பரவசமான உணர்வு - வேறெதையும் விரும்பமாட்டீர்கள். ஆனால் அதற்கு மறுநாள் இன்னொரு பேனாவை நீங்கள் வாங்க வேண்டியிருக்கும்; ஏனெனில் நீங்கள் எழுதியே ஆகவேண்டும், அது இயல்பான உந்துதல். ஒரு மனிதன் மறைகழன்று போகும்வரை சபித்துக் கொண்டிருக்கிறான், இன்னொருவன் செங்கல் சுவர்களில் தலையை மோதிக்கொண்டிருக்கிறான்.

நீங்கள் உங்களது சிறிய யுத்தத்தை எழுதுங்கள்.

யுத்தத்தைப் பற்றிய புத்தகம்

ஒரு சிறிய எழுத்தாளர் அவருடைய சிறிய யுத்தத்தை எழுதுகிறார், ஆனால் எந்தப் பெரிய எழுத்தாளர் இப்போது எழுந்து வந்து அவருடைய ஆகப் பெரிய யுத்தத்தைப் பற்றிய புத்தகத்தை – கொட்டை எழுத்துக்களில் – நமக்குப் பரிசளிக்கப் போகிறார்? ஆனால் 'பரிசு' என்பது அப்புத்தகத்தைப் பொறுத்தவரை அவசியமானதைவிடச் சரியான சொல்லாக ஆகிவிடும். நமது முகங்களை நோக்கி அதை எய்வது, விரக்தியுற்ற நமது மனசாட்சியை நோக்கி எறிவது என்பது உண்மைக்கு அருகில் வரும்.

ஒருவேளை நீங்கள் அதைச் செய்யக்கூடும். நீங்கள் உங்கள் வாழ்வாதார உடைமைகள் – அப்படித்தான் சொல்கிறார்கள் – அனைத்தையும் இழந்துவிட்ட, ஆனால் மனிதப் பிறவி என்ற வகையில் இன்னும் அதிகமாக இழந்துவிட்ட, ஏராளமான கால்நடைகளைப் போல அப்புறப் படுத்தப்பட்டு, குற்றவாளியைப்போல் நாடு கடத்தப்பட்டு, குண்டுபோடப்பட்டு, எந்திரத் துப்பாக்கியால் சுடப்பட்டு, காலி டப்பாவைச் சிறுவர்கூட்டம் அங்குமிங்கும் உதைத்துத் தள்ளுவதைப் போல் பந்தாடப்பட்டு, பலநூறு முறை செத்துச்செத்து, உடல் பிய்க்கப்பட்டு, துணியால் வாய் அடைக்கப்பட்டு, இடுக்கியால் பல்பிடுங்கப்பட்டு, யோபுவைப்போல் உடல் கொப்புளங்களோடு அங்கே உட்கார்ந்திருக்கிற நீங்கள்... இல்லை, பிரான்ஸ் வாயுடர்ஸ்போல – ஜெர்மனியிலுள்ள காசெல் நகரத்தில் இருந்த

வெளிநாட்டுத் தொழிலாளர்களுக்குக் கடிதங்கள் விநியோகம் செய்வது அவனது வேலை, அப்புறம், ஒரு விமானத் தாக்குதலின்போது சாக்கடை வாய்க்காலில் பதுங்கிவிட்டு வெளியே வந்தபோது காசெல்லைக் கண்டுபிடிக்க முடியாமற் போனவன் . . . "நான் அங்கே உட்கார்ந்திருந்த வேளையில் நடுங்கிக்கொண்டிருந்த எனது கால்களுக்கு இடையில் ஒரு நாற்காலியைத் தள்ளியிருப்பார்கள் என்றால், முன்பு காசெல்லாக இருந்த அதை அளவீடு செய்திருப்பேன் . . ." – அந்த நாற்காலியில் உட்கார்ந்திருந்தவாறு முன்பு உலகமாக இருந்த எல்லாவற்றையும் பார்த்து நீங்கள் எழுதக்கூடிய புத்தகத்தை வாசிக்கும் மனஉறுதியை நாங்கள் அடைய முடியாமல் போகலாம் அல்லது அதைப் படித்துவிட்டு நாங்கள் சொல்லலாம்: இதை என்னால் புரிந்துகொள்ள முடியவில்லை . . . ஏனெனில் நாங்கள் உயிரற்ற பாத்திரங்களோடு ஒட்டப்பட்ட சொற்களை வாசிக்கப் பழகிவிட்டோம், மேலும் எங்களால் சிலாகிக்கப்படுபவற்றில் – அவர்கள் சொல்வதைப் போல – லயம் இருக்கிறது, ஆனால் பொருள் இருக்காது. ஏனெனில் நீங்கள் வியர்வையிலும் சகதியிலும் தலைகீழாகக் கவிழ்ந்த ஒரு வண்டியின் இறந்துகொண்டிருக்கும் குதிரையிலும், வெடியில் சிதறிப் பிளக்கும் மொத்தக் குடியிருப்புகளிலும், ரத்தத்திலுமிருந்து பிறக்கும் சொற்களை எழுதுவீர்கள். அந்தச் சொற்களை வைத்து வளைந்து முறுக்கிக்கொண்ட தண்டவாளங்களைப் போல வாக்கியங்களை அமைப்பீர்கள், அவை கச்சிதமான இயல்போடு துவங்கும், ஆனால் சீக்கிரமே வளைந்து முறுக்கிக்கொண்டு குண்டுபட்ட ரயில் மிகுந்த பிரயாசைப்பட்டு விண்ணை நோக்கி எழும்ப முயன்று தண்டவாளங்கள் முடிவடைந்த நிலையில் தரையில் விழுந்து நொறுங்குவதைப் போல, கைகளை இரக்கத்தோடு நீட்டுவதைப் போல நீங்கள் வாக்கியங்களை அமைப்பீர்கள், ஆனால் இங்கு இரக்கம் பொருத்தமில்லாதது என நினைத்து மேலே தொடராமல் தடுமாறுவீர்கள். ஏனெனில் நமது கைகள் கொல்லாவிட்டால் நாமே கொல்லப்படுவோம், நமது உடல்கள் எரிக்கப்படும், நமது ஓவியங்கள் கழிசடை எனத் தூற்றப்படும், நமது உன்னதமான சிந்தனைகள் பைத்தியக்காரர்களின் எண்ணங்கள் எனச் சொல்லப்படும், எஞ்சி இருப்பவை எல்லாம் வக்கிரக்காரர்களின், மத்தியக்காலத்தில் கடவுள் நம்பிக்கையற்றவர்களை எரித்தவர்களின் சிந்தனைகள்தாம். மேலும் உங்கள் ரத்தம் தோய்ந்த சொற்கள், வாக்கியங்களாக வலியோடு கோணலாக இணைக்கப்பட்ட உங்கள் சொற்கள், கண்ணிவெடிகள் புதைக்கப்பட்ட டாங்கிகளால் உழப்பட்ட நிலங்கள் எனப் பக்கங்களாக மாறும், அமைதியில் உறைந்து இன்னும் லேசாகப்

14 லூயிஸ் பால் பூன்

புகைந்துகொண்டிருக்கும் வார்சா, காவன்ட்ரி, ஹாம்பர்க், கிராக்கோவ், ராட்டர்டாம், முழு ரஷ்யா போல – அவற்றில் குடியிருந்தவர்கள் எல்லாம் தங்கள் குழந்தைகளையே தின்ற வேசிகள், தங்களது இறுகக் கடித்த பற்களுக்கிடையே கத்தி களோடு அலைந்த ஆண்கள் என நம்மை நம்பவைக்க அவர்கள் முயன்றதுபோல.

உங்கள் புத்தகம் திரண்ட கண்ணீரின், ரத்த வெறியின் புத்தகமாக வேறு புத்தகங்களோடு இணைய முடியாத சரக்கைக் கொண்டதாக இருக்கும். ஏனெனில் இப்போது மக்கள் ஏதாவது ஒரு பக்கத்திலாவது ஒரு அசிங்கம் பதிவாகிவிட்டாலே முகஞ் சுளிக்கிறார்கள், ஆனால் உங்கள் புத்தகத்திலோ அவை மனித உணர்வுகளை வெற்றிகொண்டுவிட்ட மிருகத்துக்கு பந்த ஒளி காட்டும் வாக்குமூலங்களாக இருக்கும். உங்கள் புத்தகம் உங்களது ஊமைப் பயத்திலிருந்தும் குருட்டுப் பயத்திலிருந்தும் தப்பித்துக்கொள்ள நீங்களே எழுதியது, பைத்தியமாக ஆகி விடாமல் இருப்பதற்காக. உங்கள் புத்தகம் நரகத்தின் ஆழ் பள்ளத்தைப் பிரதிபலிக்கும் கண்ணாடியாக – பிற்காலச் சந்ததியினர் வருகைதந்து, ஒருவேளை பத்துக் காசு அனுமதிக் கட்டணம் செலுத்திப் பார்வையிடும் அருங்காட்சியகம் போல – இருக்கும், ஏனெனில் அப்போதும் கொள்ளை லாபப் பேர்வழிகள் இருப்பார்கள், ஆகவே . . . என்ன பெரிய ஆகவே? ஒருவேளை மறுபடியும் முதலிலிருந்து தொடங்குவதற்காக . . . உங்கள் புத்தகத்தைப் பற்றிச் சொல்வதென்றால் – அவர்கள் கொன்று குவிப்பது, கற்பழிப்பது, தங்கள் பொய்களைப் பரப்புவது என்று நடத்திக்கொண்டிருக்கும்போது அது இதுவரை எழுதப்பட்டவற்றிலேயே ஆகப்பெரிய பொய் ஆகிவிடும் – புனிதத் திருச்சபையிலிருந்து நீங்கள் விலக்கம் செய்யப்படும்படியாக, தடைசெய்யப்பட்ட புத்தகப் பட்டியலில் உங்களைச் சேர்க்கும்படியாக, புதிய சொக்கப்பனைத் தீயில் உங்களைப் போடும்படியாக, செவ்விந்தியர்களைப் போல் உங்களைக் காட்சிப்பொருளாகத் தூக்கிச் சுற்றிவரும்படியாக. ஏனெனில் நான் ஒரு சின்ன எழுத்தாளன், சேற்றை எறியும் சின்ன பகைவர்களைக் கொண்டிருக்கிறேன், ஆனால் நீங்களோ பெரிய எழுத்தாளர், பெரிய பகைவர்களைக் கொண்டிருப்பீர்கள், அவர்கள் ஏழு தலைமுறைவரை உங்களைப் பற்றிய நினைவுகளை நிந்திப்பார்கள்.

உங்கள் வீட்டுக்கடனை அடைக்க நீங்கள் சிரமப்பட்டு, சில மாதங்களில் கூலித் தொழிலாளியாகக் கொஞ்சம் முன்னேற்றமும் சில நேரங்களில் வேலையில்லாதோர் வரிசையில் நிற்க நேர்ந்து

தளர்ந்து இருந்த நாட்கள் எங்கே, அப்புறம் ஒரு காலையில் உங்கள் மனைவி சொல்கிறாள்: பார், அங்கே ஏதோ அசைகிறது. அப்புறம் சொல்லிவைத்தாற்போல் உங்களுக்கான கட்டாய ராணுவ அழைப்புத்தாளை வைத்துக்கொண்டு போலீஸ்காரன் வந்து நிற்கிறான் – ஆக இனி உங்கள் வீட்டுக்கடன் செலுத்த வேண்டியது உங்கள் மனைவியின்பாடு. அவள் உங்களுக்குப் பொட்டலங்கள் அனுப்புகிறாள், கடிதங்களும் எழுதுகிறாள், சான்றாக ஒரு தடவை: எதுவும் இப்போது அசைகிற மாதிரி என்னால் உணர முடியவில்லை, ஏதாவது தவறோ என்று நினைக்கிறாயா? அப்புறம் அடுத்தபடியாக: ஓ! கடவுளுக்கு நன்றி, மறுபடியும் நல்லதாகத் திரும்பியிருக்கிறது!

அப்புறம் இந்த இடைவெளியில் நீங்கள் ஒரு நாளைக்கு ஒரு பிராங்க் சம்பளம் பெறுகிறீர்கள், யாரோ வெண்ணெயைத் திருடிவிடுகிறான், ராணுவ அதிகாரிகள் குடித்துவிட்டுச் சுற்றுகிறார்கள், யுத்தம் வெடிக்கிறது – ஆல்பர்ட் கால்வாயில் நீங்கள் நிலைகொண்டிருந்தபோது அந்தச் சாம்பல் தேவிடியாமக்கள் நேர் எதிரில் நின்று உங்களை வெறித்துப் பார்த்துக்கொண்டிருக்கும்போது – அப்புறம் மிச்சம்மீதிகளை நீங்களே பார்த்துக்கொள்ள விடப்படுகிறீர்கள். உங்கள் குழந்தை இப்போது சுற்றி நடந்துவர ஆரம்பித்து இருக்கும், ஆனால் அது நிச்சயமா என்று உங்களுக்குத் தெரியாது. உங்கள் மனைவி ஏதாவது வரி கட்ட வேண்டி யிருக்கிறதா என்பதும் உங்களுக்குத் தெரியாது, உண்டா இல்லையா – அப்புறம் அதைத் தவிர **குண்டுகள் விழுந்துகொண்டிருக்கின்றன**, ஒருவேளை அங்கே அவள் ஏற்கெனவே செத்துப்போயிருக்கலாம்.

பூம்.

அது ரொம்ப அருகில். மயிரிழையில் தப்பித்தோம்.

ஆல்பர்ட் கால்வாயில் நிறுத்திவைக்கப்பட்டிருந்த அந்தப் பெரிய கும்பலில் எல்லாரும் இதெல்லாம் சும்மா ஒரு பிரமாண்டமான ராணுவ ஒத்திகைதான் என்ற பைத்தியக் காரத்தனமான எண்ணத்தை இறுக்கிப்பிடித்து தொங்கிக் கொண்டிருப்பதாக நினைத்துக் கொண்டிருக்கிறார்கள் ...

தங்கமீன்

வான் டென் அபீலி தோள் சிதைந்து அங்கே கிடப்பது எனக்குத் தெரியும். என்றாலும் நான் திரும்பிப் பார்க்கவில்லை. மாறாக கல் பாவியிருந்த அந்தச் சின்னச் சாலையில் நின்றவாறு கைகளை விரித்து சாலிகாட்ஸ், போச்சஸ் என்று கத்திக் கொண்டிருந்த ஒன்பதாவது பட்டாலியனின் லெப்டினன்டைத் திரும்பிப்பார்த்தேன். ஆல்பர்ட் கால்வாயின் மறுபுறம் நிற்கும் எங்கள் எதிரிகளுக்கு அந்தக் கூக்குரல் கேட்கும் என நினைத்தான் போலிருக்கிறது. மேலும் அங்கு எத்தனையோ சத்தங்கள். எங்களுக்குப் பக்கத்தில் எவனோ ஒருவன் தனது எந்திரத்துப்பாக்கியின் குண்டுகள் செருகியிருக்கும் வார்ப்பட்டையைக் கழற்றிக் கொண்டிருந்தான். பால் பண்ணையிலிருந்து அவனே கொண்டுவந்த நாற்காலியில் உட்கார்ந்த வாறு ஏதோ தேசிய துப்பாக்கி சுடுகளத்தில் பயிற்சிக்காக வந்திருப்பதுபோல் அவனது தோரணை இருந்தது. சீறிவந்து விழுந்துகொண் டிருக்கும் குண்டுகள் இல்லாமலிருந்தாலோ தாகத்தி னால் நாங்கள் செத்துக்கொண்டிருக்காவிட்டாலோ அந்தக் காட்சி, தலைகீழாகப் பாய்ந்துவரும் தாக்குதல் விமானங்களைக் கவனத்தில் கொள்ளாவிட்டால் அப்படித்தான் தோன்றும். ரேடியோ ஆபரேட்டர் பெருமூச்சோடு சொன்னான், 'எல்லாம் விதிப்பா. சாவது உன்னுடைய முறையின்னா நீ செத்துதான் ஆகணும்.' இதற்கு, அவன் பெயரென்ன, அவன் பதில் சொன்னான். 'எளவு எங்க ஊர்ல பத்து வருஷம் மொத்தமா செத்துப்போறவங்களை விட அதிகமா

இங்கு ஒரு மணி நேரத்திலே செத்துகிட்டு இருக்காங்களே.' இதைக் கேட்டுக்கொண்டிருந்த ரேடியோ ஆபரேட்டர் என்னைப் பார்த்து சொன்னான். 'இதுதான் விதி. உங்க ஊர்லே யாருமே சாகலே. ஏன்னா அவங்க இங்க வந்து சாகணும்கிறது அவங்க விதி.' இதற்கு அவன் பெயரென்ன, அவன் ஏதோ பதில் சொல்ல துவங்குமுன் அந்தப் பாழாய்ப் போன எதிரியின் 'ஸ்தூக்கா' விமானங்கள் பெரும் இரைச்சலோடு தடதடதடவெனச் சுட்டுக்கொண்டே எங்கள் மேலாக்காகப் பறந்தன. தாங்க முடியவில்லை. போர்க்கள மருத்துவமனையைச் சார்ந்த இரண்டு பேர் உரக்க சபித்துக்கொண்டு 'ஒரே நேரத்தில் எத்தனை இடத்தில் எவ்வளவு பேரைக் கவனிக்கமுடியும்' என்று புலம்பினார்கள். இருவரில் குண்டாக இருந்தவன் 'நானே குண்டடிபட்டு ரத்தக் காயத்தோடு இருக்கிறேன்' என்று சொல்லிக்கொண்டான். சத்தியமாக இந்தச் சூழ்நிலை தாங்க முடியாமல் இருந்தது. இதில் முட்டாள்தனமான உத்தரவுகள் வேறு. 'இன்னும் நிறைய துப்பாக்கிக் குண்டுகளைக் கொண்டு வாருங்கள்' என்று எங்கள் லெப்டினன்ட் கத்துகிறான். எங்கிருந்து கொண்டுவருவது? விமானத் தாக்குதலில் அரைமணி நேரத்துக்கு முன்பு அத்தனையும் வெடித்து, பாதி ஆகாயம் வரை எரிந்து சாம்பலாகிவிட்டதே. அதோடு 'லூயிஸ் எனக்கு ஒரு முழு ரொட்டியைக் கொண்டு வா' இன்னொரு உத்தரவு. ஆரம்பப் பயிற்சியை முடித்துவிட்டு எங்களோடு சிப்பாயாகச் சேர்ந்தவன்தான் இந்த லெப்டினன்ட். ஒவ்வொரு வருடமும் நாங்கள் மேல்பயிற்சிக்காக முகாமுக்குப் போகும்போதெல்லாம் ஒவ்வொரு ரேங்க் உயர்ந்தவனாகி இருப்பான். அப்புறம் எங்களைப் பார்க்கும்போதெல்லாம் அவனது அதிகாரத்தொனி தூக்கலாகிக் கொண்டிருக்கும். ஆனால் சிக்கலான சமயங்களிலெல்லாம் பழைய சிப்பாய் நட்புக் குரலில் 'லூயிஸ் அதைச் செய், லூயிஸ் இதைச் செய்' என்று அவன் வாயிலிருந்து வரும். ஒரு முழு ரொட்டி வேண்டுமாம். குண்டுகள் கையிருப்பு எரிந்துபோனபோதே போர்க்களச் சமையல் வசதிகளும் அழிந்துபோனது அவனுக்குத் தெரியாதது போலக் கேட்கிறான். இந்தச் சனியனிடம் இருந்து சிறிது நேரம் தப்பிப்பதற்காக நாங்களும் ரொட்டியைத் தேடிப் போனோம். அதோடு, மறுபுறம் இருந்து பலத்த குரலில் எழும் **வோர்டே பார்ட்ஸ்** என்ற கூச்சலிலிருந்தும் விடுபடலாம். அவன் பெயரென்ன, அவனும் என்கூட வருகிறானா என்று திரும்பிப் பார்த்தேன். அப்போதுதான் ரேடியோ ஆபரேட்டர் நாங்கள் எதிர் பார்த்துக் கொண்டிருந்த அந்த உத்தரவை லெப்டினன்ட்டுக்குத் தெரிவித்தான். 'எல்லாரும் அவரவர் வழியைப் பார்த்துக்

கொள்ளலாம்' நாங்கள் பித்துப் பிடித்தவர்களைப் போல் கையில் அகப்பட்டதையெல்லாம் கோடரிகளைக் கொண்டு நொறுக்க ஆரம்பித்தோம். எந்திரத் துப்பாக்கிக்காரன் தனது நாற்காலியை ஒரு தீக்குச்சிமரக்கட்டையைப்போல் நொறுக்கித் தவிடுபொடி ஆக்கினான். எல்லாரும் கல்பாவிய அந்தப் பாதைவழியாகப் பின்வாங்கலானோம். ஆனால் அந்தப் பகுதியிலும் குண்டுகள் விழுந்துகொண்டிருந்தன. ஒன்று, இரண்டு, மூன்று என்று எண்ணியபடி எவ்வளவு வேகமாக ஓடமுடியுமோ அப்படி ஓடிய பிரிஸ்கே மறுபக்கத்தில் முகம் தரையில் பட விழுந்தான். நாங்கள் இனி பால்பண்ணை வழியாகத்தான் தப்ப முடியும். அவன் பெயரென்ன, அவன் தனது துப்பாக்கிக் கட்டையைக் கொண்டு பண்ணையில் ஆளுயர ஜன்னலை உடைத்துத்தள்ள ஜன்னலின் உட்புறம் இருந்த கண்ணாடிக் குவளை உருண்டது. ஜன்னல் வழியாக ஊர்ந்து சென்று முன்வாசலைத் தாண்டிப் போய்விடலாம் என்ற நினைப்பில் போய்க்கொண்டிருந்தபோது அவன் பெயரென்ன, அவன் திடீரென்று ஊர்வதை நிறுத்தி விட்டுத் தன் நகத்தைக் கடிக்கத் தொடங்கினான். பிறகு ஜன்னல் திரைச்சீலைக்கும் ஜன்னல் சட்டத்துக்கும் இடையே சிக்கிக்கிடந்த குவளையை எடுத்து அதில் தண்ணீர் நிரப்பி மிகக் கவனமாக அதன் இடத்திலேயே வைத்தான். நான் அவனுக்காகக் காத்திருப்பதைப் பார்த்த அவன், நான் ஏதோ வேண்டாததைச் செய்துவிட்டதுபோல் கோபத்தோடு முறைத்தான். எதற்காக இந்த முறைப்பு என்பது கடவுளுக்குத்தான் வெளிச்சம். இன்னும் கொஞ்சம் முன்னேறிய பிறகு நாங்கள் முகம் தரையில் படும்படி ஊர்ந்து போகவேண்டியதாயிற்று. காரணம் எங்களது எதிரிக் கும்பல் கால்வாயைத் தாண்டி எங்கள் பக்கம் வந்துவிட்டது தெரிந்தது. எனக்குத் திரும்பிப் பார்க்க பயமாக இருந்தது. அவன் பெயரென்ன, அவன் என்னிடம் சொன்னான் 'இந்தப் பண்ணையில் நீ வசிப்பதாகவும், யுத்தக்காடாகிவிட்டதால் இங்கிருந்து ஓடிப்போய்விட்டு பிறகு இங்கு திரும்பி வந்து பார்க்கும்போது நீ விட்டுப்போன தங்கமீன் இன்னும் உயிரோடு இருப்பதாகவும் இருந்தால் சந்தோஷமாக இருக்குமல்லவா?' நன்றாகத்தான் இருக்கும் . . . எதற்காக நீ என்னைப் பழித்துக் காட்டினாய்?

எனக்குச் சிரிப்பு வந்துவிட்டது. நல்ல வேளை அப்படி நான் பழித்துக்காட்டவில்லை, நீதான் காட்டினாய்.

உண்மையாகவே இந்தத் தங்கமீன் விஷயத்தை இந்த இடத்தில் இட்டுக்கட்டியது நான்தான். கதைகளே இதற்காகத்தானே.

ஆனால் இப்போது சொல்வது கதையல்ல. அவன் பெயரென்ன, அவன் புதர் வேலியில் இருந்த பிளவு வழியாகத் தோளில் மாட்டியிருந்த துப்பாக்கியோடு ஊர்ந்து போகையில் வசமாகச் சிக்கிக்கொண்டான். துப்பாக்கி வாரை அறுத்துப்போட்டுவிட்டு மேலே போ எனக் கத்தினோம். அவனுக்குக் கேட்கவில்லை. சரியாகக் குண்டுகள் விழுகின்ற அந்த இடத்திலேயே உறைந்து கிடந்து அங்கேயே மலம் கழித்தான்.

இது இப்படியிருக்க, இன்னொருவன், அவன் பெயரென்ன எங்கள் பதுங்குமிடத்தின் பக்கவாட்டிலிருந்து கண்மண் தெரியாமல் சுட்டுக்கொண்டிருந்தான். அவன் சுத்தமாக தன்னை இழந்து பித்துப் பிடித்தவன்போலிருந்தான்.

என் நிலை என்ன? நகத்தைக் கடித்துக்கொண்டு என்னைச் சுற்றி நடப்பதைக் கவனித்தவாறு என் நினைவுகள் பிறழ்ந்து பைத்தியக்காரத்தனத்துக்குள் போகவிடாமல் தடுத்துக்கொண்டு அங்கேயே இருந்தேன். இந்நேரம் அங்கே, எனது ஊரிலேயும் குண்டு போட்டுக்கொண்டிருப்பார்களோ? கடவுளே அவர்களைச் சாகவிடாதே. அவர்கள் என்னை ஒரு தடவை பார்த்துவிடட்டும். **ஒரு குழந்தைக்குத் தந்தையாகிவிட்டு அதை ஒரு தடவைகூடப் பார்க்குமுன்பாக செத்துப் போவதால் என்ன லாபம்?**

பிராஸ்பர் ஒரு சம்பவம் சொன்னான்: குண்டுபட்டுச் சிதறிய ஒரு கண்ணுடன் ஒரு பையனைப் படை மருத்துவரின் கூடாரத்துக்கு கொண்டுபோனபோது மருத்துவர் கிளம்பிக் கொண்டிருந்தாராம். சிகிச்சைக்குத் தயங்கிய அவரைத் துப்பாக்கிமுனைக் கத்தியைக் காட்டி மிரட்டி கூடாரத்துக்குள் தள்ளி காயமடைந்த அந்தக் கண்ணுக்கு பண்டுவம் பார்க்க வைத்தார்களாம்.

ரோட்டுக்கருகில்: கவிழ்ந்து கிடந்த ஸ்ட்ரெச்சரின் நான்கு கைப்பிடிப் பகுதிகளும் அகலமாக விரிந்த நிலையில் இரண்டு ஸ்ட்ரெச்சர் தூக்கிகளும் கைகள் விரிந்தபடிக் கிடக்க, ஸ்ட்ரெச்சரில் ஏற்கெனவே குண்டுபட்டுச் செத்துக்கொண்டிருந்தவன் மீது இரண்டாவது முறையாக குண்டு பட்டிருந்தது.

ஆல்பர்ட் கால்வாய் சண்டையிலிருந்து தப்பி ஓடிய இரண்டு சிப்பாய்களை ராணுவ போலீசார் – அவர்களும் தப்பித்து ஓடியவர்கள்தாம் – பிடித்து சர்ச் முற்றத்தில் நடந்த ராணுவ விசாரணைக்குக் கொண்டுவந்தனர். வெறும் செருப்பு மட்டும் அணிந்து சத்தம் போட்டுக்கொண்டே விசாரித்துக் கொண்டிருந்த ஒரு ஜெனரல், ஜெர்மன் விமானங்கள் மேலே

தென்பட்ட உடன் தனது காருக்குள் பாய்ந்து வேகமாகக் கிளம்பும்போது சொன்னது "இவர்களுக்கு ராணுவ விசாரணை பின்னர் நடக்கும்."

இந்த ஜெனரலைப் பற்றிப் பேசும்போது பின்பு ஒரு தடவை என் மனைவி என்னிடம், தொப்பிகளில் சிவப்புப் பட்டை கொண்ட இப்படிப்பட்ட கிழட்டு ஜெனரல்கள் எங்கள் வீட்டைக் கடந்து வேகமாகச் சென்றதைப் பற்றியும் மேலும் போர்க்களத்தில் நிற்க முடியாத அளவுக்கு அவர்கள் களைத்திருந்தது பற்றியும், ஆனால் அவர்களோடு அழகான நாய்களும் பதினாறு வயது மதிக்கத்தக்க இளங்குமரிகளும் இருந்தது பற்றியும் சொன்னாள்.

எல்லைப்புறம்

மேட்டுப்பகுதி எதிரிகளின் வசம் இருந்ததால் நாங்கள் கடந்துபோக வேண்டியிருந்த சமவெளியில் குண்டு வீச்சு சரமாரியாக இருந்தது. எனவே நாங்கள் ஊர்ந்து சென்று கம்பி முள்வேலியை வெட்ட வேண்டியிருந்தது. பதுங்குமிடத்திலிருந்து திரும்பிப் பார்க்கும்போது ஒரு கூட்டம் முண்டி யடித்துக்கொண்டு கம்பி முள்வேலியைச் சுற்றி தங்கள் ஆடைகளைக் கழற்றிக் கொண்டிருப்பது போல் தோன்றியது. எல்லாரும் தரையோடு இருங்கள் என்று சிலர் கத்துவதும் கேட்டது. இந்தக் குழப்பத்துக்குக் காரணம் உயர்அதிகாரி யாரும் நம்முடன் இல்லை என்று யாரோ ஒருவன் சொன்னதும் கேட்டது. உண்மைதான். போருக்கு ஆயத்தங்கள் நடந்துகொண்டிருந்தபோது யாரா வது சிறு தவறு செய்துவிட்டால்கூட அவன் துப்பாக்கிமுனைக் கத்தியை எதிர்கொள்ள நேரிடும். அவன் பெயரென்ன, அவனும் நானும் ஒருமுறை மோசமான பகுதியில் காவலுக்கு இருந்தபோது கண்ணயர்ந்துவிட்டதாகக் குற்றம் சாட்டப்பட்டிருந்தோம். ஆனால் இங்கு முதல் குண்டு விழுந்த பின்பு ஒன்பதாவது பிரிவைச் சேர்ந்த பாவப்பட்ட ஒரு லெப்டினன்டைத் தவிர எந்த ஒரு மேலதிகாரியையும் காணவில்லை. அந்த எதிரிப்படைக்கு முன் இந்த லெப்டினன்ட் எம்மாத்திரம்? ஆனால் உணவையும் குண்டுகளையும் தேடி அங்குமிங்கும் அலைபாய்ந்ததில் அந்தப் பகுதியை எங்கள் கைப்பை களைவிட நன்கு அறிந்திருந்தோம். நாங்கள் கம்பி முள் வேலியை

ஒரு வளையமாகச் சுற்றிக் கடந்து முன்னேறி சீக்கிரமாகவே பிரதான சாலையை அடைந்துவிட்டோம். புது டயர்களுடன் அங்கு நின்றுகொண்டிருந்த சாம்பல் நிற ராணுவ வண்டி களைப் பார்த்திராவிட்டால் இன்னும் சீக்கிரமாகவே அங்கு வந்திருப்போம். ஒரு வண்டியிலிருந்து வெளியே சாய்ந்து கொண்டிருந்த ஒரு அடாவடி சிப்பாய் எங்களைப் பார்த்து ஏளனமாகத் தனது முட்டியைத் தூக்கிக் காட்டியதுபோல் இருந்தது. எங்களுக்குச் சில அடி தூரத்தில் ஆவிபோல் காட்சி தந்த ஒன்பதாவது பிரிவு லெப்டினன்ட் பள்ளத்திலிருந்து தவழ்ந்து எழும்பி தனது கைத்துப்பாக்கியை வீசி எறிந்துவிட்டு இரு கைகளையும் தலைக்குமேல் உயர்த்தினான். அவன் பெயரென்ன, அவன் 'சரி வாங்க' என்று சொன்னதுபோல் இருந்தது. அதைச் சொன்னது நானாகக்கூட இருக்கலாம். என்றாலும் நாங்களும் துப்பாக்கிகளை வீசிவிட்டு லெப்டினன்ட் அருகில் நின்றுகொண்டோம். கறுப்புச் சீருடையில் இருந்த அந்த வம்புச்சிப்பாய் என்ன செய்தான் என்றால் எங்களைப் பார்த்துச் சிரித்துக்கொண்டே தான் பதினெட்டாவது பிரிவைச் சேர்ந்தவன் என்றும் போலந்து, ஸ்பெயின் சண்டைகளில் பங்கெடுத்தவன் என்றும் சொன்னான். ஸ்பெயின் சண்டையிலா? அது புருடாவாக இருக்கலாம், என்றாலும் தனது சிகரெட் பாக்கெட்டை வெளியே எடுத்து ஆளுக்கு ஒன்றாக எங்களிடம் நீட்டினான். பிறகு தனது கையைப் பிரதான சாலையை நோக்கி நீட்டி மேலும் போகும்படிக் கூறினான். அவனது கைமுட்டி இன்னும் மடங்கியே இருந்தது. நான் கவனித்துப் பார்க்கும்போது அதற்குள் ஒரு சிறிய கைத்துப்பாக்கி இருந்ததும், அதை வைத்துக் கொண்டேதான் அவன் முன்னதாகக் கைகாட்டி இருக்கிறான் என்பதும் புரிந்தது. பிறகு நாங்கள் நடந்து மேலே போய்க் கொண்டிருந்தபோது 'அதைப் பார்த்தாயா, இதைக் கவனித்தாயா' என்று அவன் பெயரென்ன, அவன் கேட்டுக்கொண்டே வந்ததைப் பொருட்படுத்தாமல் கண்களை மூடியவாறே நடந்தேன். ஏனென்றால் தங்களது நாற்றத்திலேயே செத்துக் கிடந்த குதிரைகளையும் மனிதர்களையும் குழந்தைகளையும் பார்க்கப் பிடிக்கவில்லை. நான் சிறுவனாகப் பள்ளியில் படிக்கும்போது நரகத்துக்கு இருட்டான பாதை வழியாகப் போகும்போது எப்படி இருக்கும் என்று சொல்லிக் கொடுத்திருந்தார்கள். போய்க்கொண்டிருந்த சாலையூடாகப் பார்த்தவை எனது பள்ளிப் போதனையை நினைவுக்குக் கொண்டுவந்தன. 'நாம் எங்கிருக்கிறோம் என்று தெரிகிறதா' என்று அவன் பெயரென்ன, அவன் கேட்டான். நான் ஏறிட்டுப் பார்த்தபோது இடிபாடுகள் நிறைந்த ஒரு வெட்டவெளியாக அந்தப் பகுதி தெரிந்தது. இது நேற்று முன்தினம் அழகான

சரக்குவண்டி முன்னால் நின்றிருக்கும் காப்பிக் கடையாக இருந்திருக்கலாம். இந்த இடம் துடிப்புமிக்க இளம்பெண்களின் தந்தையான ரொட்டிக் கடைக்காரரின் இடமாக இருந்திருக்க லாம். நேற்றுமுன்தினம் வெல்வெஸ்ல்ட் என்ற கிராமமாக இருந்தது இன்று ஒன்றுமே இல்லாததாகிவிட்டது. ரொட்டிக் கடைக்காரரின் மூன்று மக்களில் இளையவள், அவளே மிகவும் அழகியும்கூட, அங்கே கிடந்த கோலம்... அதைச் சீக்கிரம் மறந்துவிட விரும்புகிறேன். காப்பிக் கடை இருந்த இடத்தின் விளிம்பில் இரண்டு ஜெர்மன் சிப்பாய்கள் செத்துக்கிடந்தனர். அவன் பெயரென்ன, அவன் சொன்னான், 'நிலைகுலைந்த அளவுக்குக் குடித்துவிட்டுக் கிடப்பதைப்போல் அவர்கள் கிடக்கிறார்கள்' என்று. என்னால் சிரிக்க முடியவில்லை. பிரதான சாலையில் நடந்து எல்லைப் புறத்தை நோக்கிப் போய்க்கொண்டிருந்தோம். அங்குதான் எல்லைத்தூண் இருந்தது. தூணைத் தாண்டித்தான் வேறு ஒரு நாடும், வேறு மனிதர்களும் இருக்கின்றார்கள். ஒரு குடியானவன் ஒரு வாளி நீரோடு வந்து 'தாகமாக இருந்தால் குடியுங்கள்' என்று சொன்னான். அவனைப் பார்த்தேன். சொன்னால் நீங்கள் சிரிப்பீர்கள். அவன் எனக்கு ஃபிளெமிஷ் மொழி எழுத்தாளரான ஸ்டிஜின் ஸ்டெருவெல்ஸ் போலத் தோன்றினான்.

அந்த விவசாயியே ஸ்டிஜின் ஸ்டெருவெல்ஸின் அச்சு அசலாகவே இருந்தால்தான் என்ன? ஜெர்மானிய மக்களே பெல்ஜிய மக்களாக இருக்கக்கூடும் என்று ஒரு கருத்தை வலியுறுத்துவதற்காக இதைச் சொல்வதாக நீங்கள் நினைக்கலாம். ஆனால் உண்மையில் அதற்காகச் சொல்லவில்லை. விவசாயி எழுத்தாளர் போலத் தெரிந்தான். அவ்வளவுதான். அங்கு கண்ணில் பட்ட மக்கள் எங்களைப் போன்றே இருந்தார்களா இல்லையா என்று இன்னும் எனக்கு நிச்சயமாகத் தெரிய வில்லை. கம்பி முள்வேலி சூழ்ந்த புல்வெளிப் பகுதிகளைத் தவிர நாங்கள் நிர்வாணமாக, பேன்கள் உள்ளனவா என்ற பரிசோதனைக்கு நிற்பதைக் காணத் தொலைவிலிருந்து வந்திருந்த குண்டுப் பெண்களைத் தவிர, தொடர்ந்து எங்களைப் போன்றவர்களை எண்ணிக் கணக்கெடுத்துக்கொண்டிருந்த ஜெர்மானிய ரகசியப் போலீஸ்காரர் தவிர வேறெதுவும் எங்கள் கண்களில் தெரியவில்லை. பசியால் களைத்திருந்ததோடு எங்களை நிறைய பேன் பற்றியிருந்தது. இதற்கு மேல் இனிப் பரிசோதனைகள் இல்லை.

பிரமை

அடுக்குப் படுக்கையில் தலைக்குக்கீழ் கையை வைத்துக்கொண்டு மெத்தையில்லாத கட்டில் சட்டங்களில் போலந்து தச்சர்கள் இழைத் திருந்த வடிவங்களை நான் பார்த்துக்கொண்டு கிடந்தபோது அவன் பெயரென்ன, அவன் கேட்டான் 'வாங்கேயை பார்த்தாயா?' பார்க்காமல் என்ன, பார்த்திருந்தேன். நாங்கள் எல்லாரும் இளைத்திருந்தோம், பசித்திருந்தோம். ஆனாலும் வாங்கேயை பார்க்க சகிக்கவில்லை. அவனுடைய கண்கள் நீருக்குள் கிடக்கும் இலைகளைப் போல முகத்துக்குள் உள்வாங்கியிருந்தது மட்டுமல்லாமல் அவனது தலையின் அளவுக்கு பொருத்தமில்லாமல் பெரியதாகவும் ஆகியிருந்தன. 'அமெரிக்கா வாழ்க' என்பதைப் போன்று தோற்றமளித்த ஒரு வடிவத்தைத் தவிரப் போலந்துக்காரர்களின் மரஇழைப்புகளில் வேறு எதுவும் தென்படாமல் இருந்த என் கண்களை அவற்றிலிருந்து விலக்கி வாங்கேயை பார்த்தேன். எங்களுக்கு மேலாக இருந்த படுக்கையில் படுத்திருந்தவாறே எங்களையும் தாண்டி தூரத்தில் எதன்மீதோ அவன் பார்வை இருந்தது. அவனது பார்வையைத் தொடர்ந்த போது அவன் பறந்துகொண்டிருக்கும் ஒரு பறவையை நோக்கியவாறு தனது விடுதலையை நினைத்துக்கொண்டிருப்பதாக எனக்கு முட்டாள் தனமாக முதலில் தோன்றியது. நான் எளிதில் உணர்ச்சிவசப்படுபவனாக இருப்பதால் இவ்வாறு நினைத்திருக்கலாம். மாறாக ஏதோ பெரிய கவுரவ மான காரியத்தில் ஈடுபட்டிருப்பதான நினைப்பில்

எனது சிறு யுத்தம்

கம்பி முள்வேலி ஓரமாகக் காவல் நடை செய்துகொண்டிருந்த ஜெர்மானியச் சிப்பாய்க்கு அருகிலிருந்த மூன்றாவது சமையல் கூடத்தையே வாங்கே பார்த்துக்கொண்டிருந்தான். ஆனால் வாங்கே காவல் சிப்பாயைப் பார்த்துக்கொண்டோ தனது வீட்டை நினைத்துக்கொண்டோ இருந்திருக்க வாய்ப்பில்லை. வேறு ஏதோ வித்தியாசமான ஒன்றை நினைத்துக்கொண்டிருக்க வேண்டும். அன்று இரவில் அவனது குழி விழுந்த கண்களால் பார்க்க முடியாத ஏதோ ஒன்றைப் பார்த்தவாறு பாட ஆரம்பித்தான். நாங்கள் பள்ளிக்காலத்தில் அறிந்த ஒன்றுமில்லாத அந்தச் சாதாரணமான பாடலை அவன் பாடும்போது இயேசுவே, நாங்கள் கதறி அழுது பிறர் எங்களைக் கோமாளிகள் என நினைக்கும்படியான நிலையில் இருந்தோம். நான் படுக்கைக் கூடத்தைச் சுற்றிக் கண்களை வட்டமிட்டப் போது பலர் போலியான புன்னகையோடு அவனது பாடலைக் கேட்டுக் கொண்டிருந்ததைக் கண்டேன். கடைசியில் ஒருவன் 'ஏய் வாங்கே, இன்னும் ஏன் அவர்கள் உன்னை வானொலியில் பாடவைக்கவில்லை' என்று கேட்டான். அதைக் கேட்டு வாங்கே சிரித்தான். உண்மையைச் சொல்வதானால் அந்தச் சிரிப்பு வேறு எதையும்விட வருத்தமானதாக இருந்தது. எல்லாரும் அவனை வைத்துப் பரிகாசம் செய்ய நினைத்தார்கள். அல்லது பெல்ஜியத்தில் ஒரு குடியானவனிடத்தில் நியூவெர்கன் ஊருக்கு வழி கேட்டால் அவன் காற்றாலைபோன்று கைகளைச் சுழற்றி உபிரக்டஜெம் ஊருக்கு நம்மை அனுப்பிவைப்பதை நகைச்சுவை என்று ஏற்றுக்கொள்ளப்படுவதைப் போன்று ஏதோ செய்ய நினைத்தார்கள். வாங்கேயிடம், அந்தப் பின்மாலைப் பொழுதில் படுக்கைக் கூடத்திலேயே ஒரு காபரே கவர்ச்சி நடனம் ஆடுவானா என்று கேட்டார்கள். அவர்கள் கேட்டதை அவன் செய்ய ஆரம்பித்தான். படுக்கையில் இருந்து எழுந்தவாறு கொல்லன் ஒருவன் க்ளாப், க்ளாப், க்ளாப் என்ற சம்மட்டி சத்தத்தோடு அடிப்பதைப் பற்றி ஒரு பாடலைப் பாடினான். அவர்கள் அந்த க்ளாப், க்ளாப், க்ளாப்புக்கு ஏற்றவாறு அவன் ஏன் ஆடக்கூடாது என்று கேட்டார்கள். உடனே அதையும் செய்தான். அவர்கள் அவன் சிறந்த ஆட்டக்காரன் என்று சொல்ல அவன் மரத்தரைமீது குதித்துப் படுக்கை கூடத்தைத் தனது தேய்ந்த ராணுவ சப்பாத்துகளால் மிதித்துச் சுற்றி நடனமாடி வந்தான்.

இதற்குமேல் இந்தக் காட்சியைத் தாங்க முடியாமல் நான் கழிப்பறை ஜன்னலுக்கு வெளியே சாய்ந்து கம்பி முள்வேலிக்கு அப்பாலிருந்த தரிசு நிலத்தைப் பார்த்தேன். சிறிதுநேரம் கழித்து வாங்கேயும் அங்கு வந்தான். கழிப்பிடத்துக்குமேல் எம்பியவாறு இருட்டில் அங்குமிங்கும் சற்றுநேரம் துழாவிக்

கொண்டிருந்தான். பிறகு சலிப்புடன் கழிப்பிடத்தின்மேல் சாய்ந்துகொண்டான். எதையாவது தேடுகிறாயா என்று கேட்டேன். முணுமுணுத்துக்கொண்டே அங்கிருந்து அவன் நகர ஆரம்பித்தபோது அவனைத் தடுத்து நிறுத்தினேன். பிறகு நான் ஏற்கெனவே போயிருந்த அவனது ஊரைப் பற்றியும், அந்த ஊரிலுள்ள பொல்லாத இளம் பெண்கள் பற்றியும் – அவர்களோடு சனிக்கிழமைகளில் நடன அரங்கிலிருந்து பொழுது சாயும் வேளைகளில் வெளியே வரும்போது எந்தத் தூண்டு தலும் இல்லாமல் தன்முனைப்போடு நம்மீது அவர்கள் பாய்ந்து விடுவார்கள் – அவனிடம் சொன்னேன். அதே மூச்சில் அவன் கழிப்பிடத்திற்கு மேலே எதையாவது தேடிவந்தானா என்றும் கேட்டேன். அவனது குழிவிழுந்த கண்களால் என்னை வெறித்துப் பார்த்தவாறு துடிதுடித்துக்கொண்டிருந்த கீழ் உதடுகளோடு அவன் நின்றிருந்த காட்சி தன் மனதிலிருந்து எதையோ கொட்டித்தீர்க்கப்போகிறான் என்பதை உணர்த்தியது. 'அதைப் பற்றிக் கனவு வந்தது. என் கனவில் அது தெளிவாகத் தெரிந்தது. கழிப்பிடத்திற்கு மேலாக இந்த ஷெல்பில் ஒரு ரொட்டியின் ஐந்தில் ஒரு பங்கு இருந்தது. அதைத் தேடித்தான் இங்கு வந்தேன்'.

போர்க் கைதிகள் *அஞ்சல் மூலம் நாங்கள் தபால்கள் அனுப்புவோம்: மோசமாகக் காயம்பட்டிருக்கிறேன். இலேசான காயத்தோடிருக்கிறேன், நலமாக இருக்கிறேன். இவ்வாறு அச்சடிக்கப்பட்ட அட்டைகளில்* **தேவையற்றவற்றை அடித்து விட்டு அனுப்ப வேண்டும்**. *பதில்களும் வந்தன. அங்கு எல்லாம் நன்றாக இருப்பதாக, வீட்டிற்கு சேதம் எதுவும் இல்லை என்பதாக, குழந்தை மான்போல் துள்ளி ஓட ஆரம்பித்துவிட்ட தாக, அவனே வீட்டுத் தோட்டத்தில் ஓடிச் செடிகளை மிதித்து விடுவதாக.*

யாரோ ஒருவன் சொன்னான், 'ஆ! நாம் வீட்டிற்குப் போய்ச்சேரும்போது சொல்வதற்குக் கதைகள் இருக்கும்'. நாங்கள் வீடுகளுக்குப் போன பின்பு சொல்வதற்கு எதுவும் இருக்கவில்லை. மாறாக அங்கிருந்தவர்கள் நிறையக் கதைகள் சொன்னார்கள். ஜனங்கள் ஒட்டுமொத்தமாக ஊரைவிட்டு காலிசெய்தது, எல்லா இளம் பெண்களும் கால்களில் காயக் கட்டுகளோடு ஏதோ அதுவே புதிய நாகரீகம் என்று மற்றவர் நினைக்கும்படியாக அலைந்தது, பெண்கள் கஞ்சித் தொட்டிகளில் வரிசைகளில் நின்றதுமே அவர்களில் சிலர் பசியால் மயங்கி விழுந்ததுமான கதைகள்.

போரின் மூன்றாவது நாளிலேயே நீ பிடிபட்டுவிட்டதால் ஜனங்களின் விடுதலைப் பயணத்திலிருந்து நீ தப்பித்துவிட்டாயே என்று என்னிடம் கேட்டார்கள். நான் அவமானத்தோடு என் வீட்டுக்கு வேகவேகமாகத் திரும்பியபோது வீட்டுத் தோட்டத்துச் செடிகளை மிதித்து ஓடப்பழகியிருந்த என் மகன் நார்நாராக இருந்த எனது பெரிய கோட்டையும், எனது தாடியையும், வற்றி உலர்ந்து எலும்பு துருத்திக்கொண்டு இருந்த என் முகத்தையும் பார்த்துப் பயந்துபோனான். நான் சிறைப்பட்டிருந்த நாட்களில் ஒரு மரத்துண்டில் மழுங்கிப்போன கத்தியால் செதுக்கி வைத்திருந்த 'போர்க் கைதி' உருவத்தை அவனுக்குப் பரிசாகத் தந்தேன். அவன் அதைத் துண்டு துண்டாகப் போகுமாறு தரையில் எறிந்துவிட்டு அழுகையோடு தன் தாய்க்குப் பின்னால் பதுங்கிக்கொண்டான்.

சிவப்பு இரவு

அந்த இரவு, திடீரென்று அபாயச் சங்குகள் ஓலமிட்டபோது பழக்கப்பட்டதுபோல் என் மனைவி சொன்னாள் 'குழந்தையை எடுத்துக் கொண்டு வீட்டுத் தோட்டத்துக்குள் போய்விடுங்கள். நான் போர்வையை எடுத்துக்கொண்டு உங்கள் பின்னால் இதோ வருகிறேன்' அவள் தூக்கத்தில் கூட இதைச் சொல்வாள் என நினைக்கிறேன். அந்த இரவு... எனது தட்டச்சுப்பொறியைப் பிடித்துக்கொள்ளுங்கள்... நான் உணர்ச்சிவசப் படாமல் பார்த்துக்கொள்ளுங்கள்.

நான் அவர்களை அடுத்த வாசலிலிருந்த பதுங்குகுழியில் தள்ளிவிட்டு, அவர்கள் தலைக்கு மேல் போர்வையை இழுத்து மூடிவிட்டு சாவதற்குத் தயாரானேன். அப்போது அங்கே தொழிலாளர்கள் குடியிருப்பின் கூரைகளுக்கு அப்பால் முதல் குண்டுவெடிப்பின் தெறிப்பு தெரிந்தது. இன்னும் பார்க்கப் பார்க்க மேலும்மேலும் வெளிச்சம். அவர்கள் தண்டவாளங்களுக்குக் குறிவைக்கி றார்கள்போல. நிஜமாகவே இருப்பு பாதைகளுக்குத் தானா? ஏற்கெனவே எங்கள் குடியிருப்புகளுக்கு மேலும், முன்பு, பின்புறமும் செம் பிழம்புகளாக இருந்தது. எங்கள் வீடே இரத்தச் சிவப்பு வீடாக வும், தொழிலாளர்கள் குடியிருப்புகளின் மொட்டைமாடிகள் இரத்தச் சிவப்பாகவும் இருந்தன. எங்கள் ஊர் ஒரு பொம்மை நகரமாகி விட்டிருந்தது. நிஜமாகவே ரயில்பாதைகளுக்குத் தான் குறிவைக்கிறார்களா என்று என் மனைவி

கேட்டாள். என் மகனும் அதை எதிரொலித்தான். ‘ரயில் பாதைகளுக்கா, அப்பா?’ என் இதயம் வாய்க்குள் வந்து உணர்ந்து நான் சொன்னேன், ‘ஆம்.’ அப்போது ஸ்டப் ஸ்பீயிஸ் அவன் மனைவியுடனும், மதில்டே அவள் குழந்தைகளோடும், புரோட்டஸ்டன்ட்களும் அந்தப் பகுதி மற்ற பிற ஏழைகளும் ஒளிந்துகொள்வதற்கு அவரவர் வீடுகளில் நிலவறை இல்லாத காரணத்ததால் பாதுகாப்புத்தேடி எங்கள் வீட்டருகே கட்டப் பட்டு வந்த கட்டிடத்தின் அடித்தளப் பகுதிக்கு வந்தனர். மற்ற இரவுகளில் புகைத்தபடியே ‘அதைப் பார், இதைக் கேள்’ என்று தொடர் வர்ணனை செய்யும் ஸ்டப் ஸ்பீயிஸ், நடப்பவற்றைப் பார்த்துக்கொண்டு ஒன்றும் பேசாமல் இருந்தான். இப்போது பார்ப்பது ஒன்றைத் தவிர அவனிடம் மவுனம் மட்டும்தான். ஒருபுறம் கனன்றுகொண்டிருக்கும் சிகரெட்டோடு இரத்தச் சிவப்பாகத் தெரிந்த தனது கைகளின் நடுங்கும் விரல்களை அடக்க முயன்றுகொண்டிருந்தான். ஏற்கெனவே ஒருமுறை கட்டுமான சாரத்தின் உச்சியில் நின்றுகொண்டிருந்தவேளை காலடியிலுள்ள பலகை உருவி கீழே விழுந்தபோதும், தொழிற்சாலையில் ஒருமுறை பெட்ரோலிய விளக்கு வெடித்துச் சிதறியபோதும் எனக்கு தோன்றியதுபோல இதுதான் முடிவென்று நினைத்தேன். பதுங்குகுழியில் நன்றாக நீட்டி தலையைப் போர்வைக்குள் நுழைத்துக்கொண்டபோது என் மகன் சொல்வதைக் கேட்டேன். ‘தீமையிலிருந்து எங்களைக் காப்பாற்றும் ஆண்டவரே, ஆமென்’ என் மனைவி, ‘ஏன் இவ்வளவு நேரமாகிறது. அவர்கள் ஏன் இன்னும் போட்டுத் தொலைக்கமாட்டேங்கிறாங்க’ என்று எரிச்சல்பட்டாள். அதுதான் சரி. குண்டு விழட்டும். எல்லாரும் சாவோம். ஆனால் அந்தச் சிவப்பு இரவு முழுவதும் நாங்கள் செத்துக்கொண்டே இருக்க முடியாதே . . . நான் மெதுவாகப் பார்த்தேன். அங்கே ரெயில் பெட்டிகள் நிறுத்திவைக்கப் பட்டிருக்கும் பாதைகள் எரிந்துகொண்டிருந்தன. இத்தனைக்கும் குண்டு விழுந்த சத்தம்கூடக் கேட்கவில்லை. விமானங்கள் போய்விட்டன. பரவியிருந்த சிவப்பு சிவப்பாகவே இருக்கப் பெருமுயற்சி எடுத்துக்கொண்டிருந்தது. ஆனாலும் தூரத்தில் இரவு எப்போதும் உள்ள இரவு போல், மினுங்கும் நட்சத்திரங்களோடு மாறிவிட்டிருந்தது. அதோடு இரவுக்கான சுமையும்கூட. எந்த அளவுக்கு அமைதியென்றால் எங்கேயோ, நான் எங்கு என்று அறியமுடியாத எங்கேயோ குண்டுகள் விழும் சத்தம் உங்களுக்குக் கேட்கும் அளவுக்கு அமைதி.

ஸ்டப் ஸ்பீயிசும் அவன் மனைவி மற்றும் மத்தில்டே உட்பட அங்கே அடித்தளத்தில் முடங்கியிருந்த அனைவரும் வெளியே வர ஆரம்பித்தனர். ஒவ்வொருவரும் அடுத்தவரைவிட

உரக்கப் பேச ஆரம்பித்தனர். தலையை ஒருபக்கம் சரித்து உற்றுக் கேட்டபடி ஸ்டப் ஸ்பீஸ் சொன்னான். இப்போது கோர்ட்ரிக்கைத் தாக்குகிறார்கள். அவளுக்குத் தெளிவாகக் கேட்டிருக்கும் என்றாலும் மதில்டே அனிச்சையாகக் கேட்டாள் 'எங்கே' என்று அவன் மறுபடியும் சொன்னான் 'கோர்ட்ரிக்'. அவ்வளவுதான், மினுங்கும் இரவு முழுவதையும் கோர்ட்ரிக் என்ற சொல் நிறைத்தது. நான் கோர்ட்ரிக்கை நினைத்தேன். கூடவே என்னோடு போர்க் கைதியாக இருந்த அவன் பெயரென்ன அவனையும். நான் அவனுக்குக் கரிசனையாகக் கடிதம் எழுதியதையும் பதிலுக்கு வந்த கடிதத்தில் அவன் ஊனமாகிக் காலில் தாங்கு கம்பிகளோடு நாற்காலியில் முடங்கியிருப்பதைப் பற்றியும் எப்படி தாங்கு கம்பிகளோடு தானும் பதுங்குகுழியில் எங்களோடு இருந்திருக்க முடியும் என்று அவன் ஆச்சரியத்தோடு கேட்டிருந்ததையும் நினைத்தேன்.

எங்களைவிட அதிக வேதனைகளை அனுபவித்துவிட்டு, பாதுகாப்புக்காக வயல்வெளிகளில் இருந்தவர்கள் திரும்பி வந்த போது பாரசூட் வீரர்கள் தரையிறங்கியதாகச் சொன்னார்கள். அப்போது ஸ்டப் ஸ்பீயிஸ் இன்னும் ஒருநாளைக்கு அவர்களுடைய உலகம் விட்டுவைக்கப்பட்டிருப்பதாகச் சொன்னான். அவனுடைய உலகம் தொழிலாளர்கள் குடியிருப்பின் மொட்டை மாடிகள் மட்டுமே, அல்லாமல் கோர்ட்ரிக் இல்லை. அது வேறு உலகம். நீண்ட வரிசையில் வீட்டுத் தோட்டங்கள் ஊடாக கை ஜெனரேட்டர் மின்சாரம் மூலம் ஒளிர்ந்த விளக்குகள் அந்தப் பகுதியை சிவப்பு இரவிலிருந்து கறுப்பு இரவுக்கு மாற்றின. ரயில் நிறுத்தப்படும் பகுதியில் மட்டும் ஒரு ரயில்வண்டி எரிந்துகொண்டிருந்தது.

கொத்துக்கொத்தாகத் திரட்டப்பட்டு ஜெர்மானியர்களால் யந்திரத் துப்பாக்கிகள் மூலம் காலிபண்ணப்பட்டவர்கள் மத்தியில் மணிக்கணக்காக ஒரே ஒருவன் மட்டும் அசையாமல் கிடந்தான். குண்டுபடுவதற்கு ஒரு நொடிக்கு முன்பே கீழே விழுந்ததால் உயிர்பிழைத்த அவன் நன்கு இருட்டியபின் இரவில் மெதுவாக ஊர்ந்துபோய் சிறிய குழி ஒன்றில் தலை வெளியே தெரியும்படியாக ஒளிந்துகொண்டான்.

கையில் வைத்து உருட்டிப்பார்க்கக்கூட இரண்டு காசுகள் இல்லாத, இன்னும் ஒரு வாரத்தில் யுத்தம் முடிவுக்கு வந்துவிடும் என்று சொல்லிக்கொண்டிருந்த திருமதி லாமென்ஸ் ஞாயிற்றுக் கிழமை இரவில் ஒரு சுங்கானுக்காகத் தனது கணவனோடு சண்டை பிடிக்க நேர்ந்தது. வேறொன்றுமில்லை. கணவன்

குழாயிலிருந்த சாம்பலை வெளியே தட்டிவரச் சொல்ல, அதைக் கொண்டுபோய் திருமதி லாமென்ஸ் தட்டும்போது தவறுதலாக உள்ளே இருந்த கொஞ்சம் புகையிலையும் விழுந்துவிட்டது. இதனால் ஆத்திரத்தில் எழுந்த கணவன் சுங்கானைக் கீழே எறிந்து தூள்தூளாக உடைக்க, இதைப் பார்த்துக்கொண்டிருந்த திருமதி லாமென்ஸின் மண்டைக்குள் ஏதோ ஒன்று அறுபட அவள் செத்துப் பொத்தென்று கீழே விழுந்தாள்.

திரிப்ட் தெருவிலிருந்த நொண்டியின் சகோதரனை – ஜெர்மனிக்கு வேலைக்குப் போய் ஜெர்மன் மனைவியோடு ஊருக்கு வந்தவன் – அவன் மனைவி மறுபடியும் ஜெர்மனிக்குப் போகவிட வில்லை. ஜெர்மனியும் அங்கே அதிகாரத்திலிருப் பவர்களும் மற்றும் எல்லாமே அங்கு மோசமாக இருப்பதாக அந்த ஜெர்மன்காரி சொல்லிக்கொண்டிருந்தாள். காரணம், அந்த திரிப்ட் தெருவில் அவளைச் சுற்றி இருந்தவர்கள் அத்தனை பேரும் ஜெர்மனியை வெறுப்பவர்கள்.

கரிச்சான்

நாங்கள் கரிச்சான் என்று கூப்பிடுகிற ஒரு சின்ன சைஸ் ஆள் இருந்தான். கூர்மையான வளைந்த மூக்கையும் நாசமாய் போகிற தந்திர மான கண்களையும் கொண்ட அவனை எலி என்றுதான் அழைத்திருக்க வேண்டும். எப்போதும் அவன் பிளெமிஷ் தேசியவாதியாகத்தான் இருந்தான். கொஞ்சநாள் தீவிரப் பொதுவுடமை எதிர்ப்பாளனாகக் காட்டிக்கொண்டு கறுப்புச் சீருடையோடும் தோளுக்குக் குறுக்காக தோல் வார்ப்பட்டையோடு நகரத்தின் ஊடாகப் பரப்பரப்புடன் வலம்வந்து கொண்டிருந்தான். இதெல்லாம் அவன் வீட்டில் பணம் புழங்கிய போது மட்டும்தான். கொஞ்சம் பசை வற்றும் போது அதுவரைக்கும் இருந்ததற்கு நேர்மாறான நடவடிக்கைகளைத் தொடங்குவான். உற்சாக மாக பிரெஞ்சு மொழியைப் பேசுவான்; சோசலிஸ்ட் களுடன் சேர்ந்து கோஷம் போடுவான்; யாராவது மது வாங்கித் தந்தாலோ அல்லது சின்ன வேலை ஏற்பாடு செய்து தந்தாலோ **'செங்கொடிகளை உயர ஏற்றி இங்கு பறந்திட வைப்போம்'** என்று பாடவும் செய்வான் அவன் ரொம்ப சம்பாதிக்க வேண்டிய அவசியமே இருக்கவில்லை. பகலில் அவனது வேலையைக் காட்ட வாய்ப்பு கிடைத்துவிட்டால் அச்சமயம் சுருட்டியதை எடுத்துக்கொண்டு இரவில் ஒரு எலியைப் போல் தன் இடத்தில் பதுங்கிக்கொள்வான். ஒரு தடவை இவ்வாறு சுருட்டி மாட்டிக் கொண்டபோது தரையில்

விழுந்து ஓலமிட்டு அழுது தன்னைப்போல் கேடுகெட்டவன் உலகத்தில் யாருமேயில்லை என்று கதறினான். அதோடு எருமையை அடிக்கப் பயன்படும் அளவுக்கு பருமனாக இருந்த தனது இடுப்பு வார்ப்பட்டையைக் கழற்றி தன்னை அடித்துக் கொள்வதுபோல் துள்ளித்துள்ளி சுழற்றியதில் சுற்றி இருந்தவர்கள் மேல்பட்டு அவர்கள் முகங்களில் ரத்தக் கீறல்கள் ஏற்பட்டன.

இதுதான் நமது கரிச்சான். அவனது அப்பாதான் கிழட்டுக் கரிச்சான். அவரைக் கிழட்டு எலி என்று அழகாக கூப்பிட்டு இருக்கலாம். ஒருநாள் லட்சாதிபதியாய் இருந்து, வருபவர் போகிறவர் எல்லாருக்கும் மது வாங்கிக் கொடுத்துக் கொண்டிருப்பார். அடுத்த நாள், ஒன்று இல்லாவிட்டால் இன்னொன்று என்று ஏதாவது வழக்கில் சிக்கி - அது ஒரு காப்பி கிளப்பை நொறுக்கியதற்காகவோ, ஒரு பெண்ணிடம் பாலியல் வன்முறை செய்வதற்காகவோ, ப்ளெமிஷ் தேசியவாதிகள் அல்லாத வேறு அரசியல் குழுக்கள் கூட்டம் நடத்த இருக்கும் இடத்தை அடைத்துத் தகராறு பண்ணியதற்காகவோ இருக்கும். காலையில் கையில் ஒரு சல்லிக்காசுகூட இல்லாமல் சிறையிலோ, ஒரு சிவப்பு விளக்குப் பகுதியிலோ கிடப்பார். இதனால் சின்ன கரிச்சான் தன் கைச் செலவுக்குப் பெருசிடம் காசு கேட்கும்போதெல்லாம் ஆயிரம் பிராங்க் கிடைக்குமா அல்லது பின்புறம் வாக்கில் ஓங்கி ஒரு மிதி கிடைக்குமா என்பது உறுதியாகத் தெரியாது. இப்போது இங்கே ஜெர்மானியர் வந்து விட்டனர். இங்கிருக்கும் ப்ளெமிஷ் தேசியவாதிகள் எல்லாரும் யுத்தத்திற்கு முன்பே ஜெர்மானியரின் கைக்கூலிகளாக மாறி விட்டனர் என்று புரளி பேசுவது உணமையில்லை. பெரிய கரிச்சான் சண்டை தொடங்கியபோது மிகவும் உடைந்துபோனார். ஒரு சிகரெட்டைச் சுருட்டிப் புகைப்பதற்குக்கூட அவரிடம் புகையிலை இல்லை, மற்றும் நான்கு நாட்களாகக் குடிப்பதற்கும் காசும் அவரிடம் இருக்கவில்லை. ஒரு மண்வெட்டியையும் விளையாட்டு மேஜைமேல் விரிக்கும் ஒரு தோள்பையையும் எடுத்துக்கொண்டு பிரஸ்ஸெல்ஸ் நகரின் புறநகர்ப் பகுதியில் உள்ள விமானத் தளத்திற்கு வேலைக்குப் போனார். அந்தத் தோள்பை செய்யப்பட்ட துணியில் இன்னும் ஒரு சிகரெட் விளம்பரம் இருந்தது. மண்வெட்டிமீது சாய்ந்து அந்த இடத்தில் அவர் நின்றுகொண்டிருந்தபோது தனது சொந்தக் காசில் அதே மாதிரியான ஒரு விமானத் தளத்தைத் தான் கட்ட வேண்டும் என்று அவருக்குத் தோன்றியது. திருடி வைத்திருந்த ஒரு சிமென்ட் கலவை எந்திரம் ஒன்று அவரிடம் வீட்டில் இருந்தது. ஒரு நொடிகூட யோசிக்காமல் உடனே அங்கிருந்த சட்டைக் கழுத்தில் ஏராளமான தங்க நிற நாடாக்களோடு இருந்த ஜெர்மானிய

ஆயிஸ் பால் பூன்

அதிகாரியிடம் தனது திட்டத்தை விளக்கினார். இது எவ்வளவு சாத்தியமில்லாதது என்பதும், ஒரு நாளில் ஒரு விமானத் தளத்தை அமைக்க முடியாது என்பதும் யுத்தம் திடீரென்று நின்றுவிட்டால் உபயோகமில்லாத ஒரு விமானத் தளத்தை வைத்துக்கொண்டு என்ன செய்வது என்று அறியாமல் திகைத்துப் போய்விடுவோம் என்பதும் எல்லாருக்கும் தெரியும். ஆனால் இதையெல்லாம் கிழட்டுக் கரிச்சான் யோசிக்கமாட்டார். இதற்கான காரணம் வேறொன்றுமில்லை. ஒரு நாள் மகாராஜா, மறுநாள் சந்தைப் பிச்சைக்காரன் என்று வாழ்நாள் முழுவதும் கழித்த ஒருவர் வேறு எப்படித்தான் இருப்பார்? ஆனால் யுத்தம் நீண்டுகொண்டே இருந்ததால் விமானத் தளம் அமைப்பதுவும் முடிவுக்கு வந்தது. கிழட்டு கரிச்சான் அவருக்குரிய பணத்தைப்பெற வேண்டிய தருணம் வந்தது. தன்னிடம் இருந்ததில் நல்ல உடையை அணிந்துகொண்டு பிரெஸ்ஸல்ஸ் அலுவலகத்திலிருந்து லூவென் என்ற ஊரில்போய் பணத்தை வாங்கிக்கொள்ள உத்தரவுச் சீட்டைப் பெற்றுக்கொண்டார். இதற்கு முன்பு எத்தனையோ தடவைபோல மறுபடியும் அவர் லட்சாதிபதி. ஆகவே அன்று மாலை தொடங்கி லூவெனில் கொண்டாட ஆரம்பித்து விபசார விடுதியில் அதிகாலை வரை உறங்கிக் கழித்ததில் அபாயச் சங்குகளின் முழக்கத்தையும் செம்பிழம்புகள் வானத்திலிருந்து விழுந்துகொண்டிருந்ததையும் அவர் அறிய வில்லை. குண்டுகள் மழைபோல் லூவென்மேல் பொழிய, எங்கும் இடிமின்னலாகக் காட்சி தோன்ற, பயங்கர திகைப்புடன் அவர் கண்விழிக்கும்போது சுவர்கள் சரிந்து விழுவதையும், வீட்டுக் கூரைகள் தீப்பிழம்பாக நொறுங்கி விழுவதையும் பார்த்தார். இறந்து கிடந்த விலைமாதுக்கள் நடுவே ஏதோ ஒரு அதிசயத்தில் அவர் உயிர்பிழைத்து நடுங்கிக்கொண்டிருந்தார். அவருடைய லட்சங்களும் போய், அவருக்குச் சொந்தமில்லாத யாரோ ஒருவருடைய ரத்தக்கறைபடிந்த மேல்கோட்டோடு தனது வீட்டுக்கு வந்தபோது யாருக்கும் அவரை அடையாளம் தெரிய வில்லை. 'எங்க அப்பாவைப் பார்க்க வந்தீர்களா?' என்று சின்னக் கரிச்சான் அவரிடம் கேட்டுவிட்டு 'அப்படியானால் பிறகுதான் வரவேண்டும். அவர் தனது பணத்தை வாங்கிவர லூவெனுக்குப் போயிருக்கிறார்' என்று சொல்ல, பெரிய கரிச்சான் தன் மகனை நெட்டித் தள்ளிவிட்டு கண்ணாடியில் தன்னைப் பார்த்தார். ஒரே இரவுக்குள் தான் நரைத்துக் கிழடாகிவிட்டிருந்ததைக் கண்ணாடியில் கண்டார்.

ஜெர்மானியர்கள், சிறைகளை அவ்வப்போது தண்ணீரால் நிரப்பிவிடுவதாகவும் கைதிகள் தங்கள் கைகளில் அகப்படுவதை

வைத்துக்கொண்டோ ஒன்றும் கிடைக்காதபோது கைகளைக் கொண்டோதான் தப்பிக்க வேண்டும் என்றும் யாரோ ஒருவன் சொன்னான். அந்த ஆள் வீட்டிலிருந்து கிளம்பும்போது கேஸ்டனுடைய மனைவி ஓடிவந்து கேஸ்டன் சிறையில் இருப்பதாகவும் அவளை உடனடியாக ஒரு ஈரம் உறிஞ்சும் துடைப்பானை ஜெயிலுக்குக் கொண்டுவரும்படி அவன் கேட்டுக்கொண்டதாகவும் சொல்லிவிட்டு 'காரணம்தான் உங்களுக்குத் தெரியுமே, கேஸ்டன் சுத்தமாக இருப்பதில் எவ்வளவு அக்கறையாக இருப்பவன் என்று' சொன்னாளாம்.

வெண்ணெய் கடத்தியதற்காகச் சிறைப்பட்டு மூன்று நான்குபேரோடு ஒரே சிறைக்கொட்டடியில் ஒரே கழிப்பு வாளியை மற்றவர்களோடு பயன்படுத்த வேண்டியிருந்த ஜோசீ எங்களிடம் லீஜே அவள் கண்ணில் பட்டதாகச் சொன்னாள். இவள் தடுப்புக் கம்பிகள் வழியாகப் பார்க்கும்போது லீஜே போன்ற ஒருத்தியைப் பார்த்ததாகவும், அவளது தலை நிறைய காயக் கட்டுகளோடு இருந்ததால் அது லீஜேதானா என்பதை உறுதியாகச் சொல்ல முடியவில்லை என்றும் சொன்னான். ஜெர்மன் செய்தித்தாள்களில் மற்றவர்கள் போட்டுக் கொடுத்துக் கைதான இரண்டு பேர் தூக்கிலிடப்பட்ட செய்தி இருந்தது. ஆனால் அவர்கள் உண்மையாகவே கால்கள் கட்டப்பட்ட நிலையில் சாகும்வரை தூக்கில் கிடந்தார்களா என்ற விவரம் செய்தியில் இல்லை.

வான் டென் போரெ

இப்போது வான் டென் போரெயை எடுத்துக்கொள்ளுங்கள். எப்போதும் மரச் செருப்பு களை அணிந்துகொண்டிருப்பான். அவன் இறந்து போய்விட்டவனோ, மறக்கப்பட்டவனோ, அடக்கம் செய்யப்பட்டவனோகூட அல்ல. அவனது சில துண்டுகள் எடுக்கப்பட்டு மண்ணுக்குள் புதைக்கப் பட்டன. அவ்வளவுதான். அவன் பெயரும் அவனுக்கு நிகழ்ந்ததும் இந்தக் காலகட்டத்தை விவரிக்கும் சரியான உதாரணங்கள்.

காலை வேளையில் வான் டென் போரெ வேலை தேடுவோர் வரிசையில் நிற்பான். மதியத் திற்குப் பிறகு ஒரு மர பிரஷ் வைக்கப்பட்டிருக்கும் மரப்பெட்டியோடும் நிலக்கரிவாரி ஒன்றோடும் பிரதான சாலைவழி போவான். எப்போது அவனது மரப்பெட்டி குதிரைச் சாணத்தால் நிரம்புகிறதோ அப்போது வீட்டுத்தோட்டம் வைத்திருப்பவர் களுக்கு அதை விற்பான். இதிலெல்லாம் உழைத்து, ஏமாற்றி, கவலைப்பட்டு, அநேகமாக பாதி ராத்திரிகளில் விழித்துக்கிடந்து அடுத்த நாள் எப்படி வேலை செய்வது, ஏமாற்றுவது, கவலைப் படுவது, சேமிப்பது என்றிருக்கிற, நேர்மையான குடிமக்களாகிய உங்களைப் போல இல்லாமல், பெரிய தொகை ஒன்றும் அவனுக்குக் கிடைக்காது. அவன் வாழ்க்கையைச் சாதாரணமாக எடுத்துக் கொண்டு நிறைய நேரத்தைச் சோம்பேறிகள் மூலையில் செலவிட்டுக்கொண்டிருந்தான். அவன் பாதி புரிந்துகொண்டதும் மீதி மறந்துவிட்டதுமாக

செய்தித்தாள்களில் படித்த விஷயங்களைப் பேசிக்கொண்டிருப்பான். யுத்தத்திற்கு முன்பு சோசலிஸ்ட்டுகள் நடத்திய *முன்னேற்றம்* பத்திரிகைக்கும் யுத்தத்தின்போது ஜெர்மானியப் பத்திரிகையான *முன்னேற்றத்திற்கும்* சந்தாதாராக இருந்தான். இரண்டுக்கும் இடையில் ஒரு சின்ன வேறுபாடுகூட அவனுக்குத் தென்படவில்லை. அவன் ஒரே ஒரு விஷயத்திற்குத்தான் ரொம்ப பயந்திருந்தான். எங்கே முன்புபோல் காவல் நிலையத்தில் ஆஜராகும்படி உத்தரவு வந்துவிடுமோ என்பதுதான் அது. 1914–18 காலகட்டத்தில் கட்டாய வேலையை மறுத்ததற்காக காவல்நிலையத்திற்கு அழைக்கப்பட்டு வாங்கிய அடியில் கிட்டத்தட்ட சாகவேண்டிய நிலையை அவன் அனுபவித்திருந்தான்.

ஆனால் இந்த யுத்தத்தைப் பற்றி அவன் எதுவும் பேசுவது இல்லை. பிறர் இதில் ஆவேசப்பட்டுக் கலந்துகொண்டு எந்திரத் துப்பாக்கிகளினால் உயிர் இழந்ததையும், சாலைகளில் விமானக் குண்டுவீச்சால் செத்து விழுந்ததையும் பற்றி அவன் அலட்டிக் கொள்ளவில்லை. அவ்வப்போது யாராவது மொத்தமாக ஊரைக் காலி செய்வது பற்றிப் பேசும்போது அவன் தலையசைப்பதுண்டு. ஆனால் அதிலும் அவன் தன்னைப் பற்றியே அதிகம் யோசிப்பான். அதுவும் சரிதானே. அவன் ஏன் மற்றவர்களைப் பற்றி அதிகம் யோசிக்க வேண்டும்? அவனுடைய மகள் கல்யாணத்தின்போது நடந்த வரவேற்பு விருந்துக்குக் கடத்தலில் கிடைத்த வெண்ணெயோ மற்ற ஊடுபொருட்களோ இல்லாத மூன்றே மூன்று ரொட்டிகளை மட்டுமே அவன் பங்களிப்பாகத் தரமுடிந்தது. ரயில்நிலையத்துக்கு அருகில் இருந்த சிவப்பு விளக்கு விடுதிமேல் குண்டு விழுந்து கண்ணாடிச் சட்டங்கள் எங்கள் தெருவரைக்கும் வந்து விழுந்தபோதுதான் அவன் இந்த யுத்தத்தைப் பற்றியும் பேச ஆரம்பித்தான். ‘இப்போது மோசமாகிக்கொண்டிருக்கிறது’ என்று சொன்னான். நான் அவனை ஏறெடுத்துப் பார்த்தேன். நிஜம்தான், இப்போது ரொம்ப மோசமாகிக் கொண்டிருக்கிறது. அவன் எந்த அளவுக்கு ஏழையாக இருந்தானென்றால் அவனது கால் முட்டிகள் கிழிந்த அவனது கால்சட்டைக்கு வெளியே தெரிந்தன. திடீரென்று சோம்பேறிகள் மூலையிலிருந்து காணாமல் போனான். ஒரு சனிக்கிழமை நான் நடைபாதையில் உட்கார்ந்திருந்தபோது அவன் என்னைத் தாண்டி அவனது வழமையான தள்ளாட்ட நடையோடு போய்க்கொண்டிருந்தான். அவனது தலை அவன் உடலோடும், வாயிலிருந்த சுங்கான் அவனது தலையோடும் ஆடிக்கொண்டிருந்தன. ‘வணக்கம்’ என்று அவன் சொன்னான். நீண்ட தொலைவிலிருந்துதான் அவன் திரும்பியிருக்க வேண்டும்.

‘ஜெர்மனி?’ நான் கேட்டேன் எனக்கு பக்கத்தில் வந்து உட்கார்ந்தான். இல்லையென்றும், ஃப்ளோரென்ஸில் ஒன்றில் உள்ள வல்லோனியாவில் இருந்ததாகவும் அவன் சொன்னான், ஜெர்மனிக்குச் சம்பாதிக்கப் போனவர்கள்போல் அங்கு அவ்வளவு கிடைப்பதில்லையென்றாலும் இரண்டு வாரத்துக்கு ஒருமுறை வீட்டுக்கு வந்துகொண்டிருந்ததாகவும், வரும்போது சிகரெட் சுருட்டுவதற்கான புகையிலையை அங்கிருந்து கொண்டு வர முடிவதாகவும் – அது சூடான கேக் போல் உடனே விற்பனையாகும் – சொன்னான். கூடவே கொஞ்சம் கஞ்சா விதையை எங்கு வாங்க முடியும் எனத் தெரியுமா என்றும் கேட்டான். வேலையைப் பொறுத்தவரை, அங்கு ஒரு கான்கிரீட் விமானத் தளம் அமைத்துக் கொண்டிருந்தார்களாம். நல்ல வேளையாக அங்கு இவர்கள் கைகளில் மண்வாரிகள் இருந்ததால் அவற்றில் இவர்கள் சாய்ந்து நிற்க முடிந்ததாம். இல்லையென்றால் இவர்கள் சோம்பல் முற்றி சரிந்து விழுந்திருப்பார்களாம். இதைச் சொல்லிவிட்டுச் சிரித்தான். ஒரு ஜெர்மானியன் இவனிடம் ‘பைதாவுக்குத் தோளைக் கொடு வான் டென் போரெ’ என்று கேட்டிருக்கிறான். இவன் பதிலாக ‘கவலைப்படாதே நான் பைதா உருளுவதை நிறுத்தமாட்டேன்’ என்று சொல்லியிருக்கிறான். எல்லாவற்றையும்விட முக்கிய மானது என்னவென்றால் அவன் தன் சுங்கானைக் கையில் வைத்துக் காற்றில் ஆட்டியபடியே சொன்னது ‘அங்கு குண்டு வீச்சு கிடையாது’ அதோடு சிரிப்பை மறைப்பதற்காகத் தன்தலையை ஆட்டிக்கொண்டே கால்களைப் பார்த்துக்கொண்டிருந்தான்.

ஆனால் வல்லோனியாவில் திடீரென்று குண்டுவீச்சு நடந்தது. சரியாமல் இருக்க தனது மண்வாரியோடு சாய்ந்து நின்றுகொண்டிருந்த வான் டென் போரெ தரையில் செருகிப் போனான். அவன் மனைவி அவளுக்கு வந்த ஒரு துக்க அட்டையைக் காண்பித்தாள். அதில் மே 9, 1944 அன்று புளோரென்ஸில் நடந்த ராணுவத் தாக்குதலின் காரணமாக அவன் மரணமடைந்ததாக இருந்தது. மேலும் அதில் அவன் தன் வேலையை மிகவும் விருப்பத்தோடு செய்தவன் எனவும் யாரும் எதிர்பாராதவேளையில் நம்மிடம் இருந்து முழுமையாக – ஒரு துண்டு கூட மிச்சமில்லாமல் – அவன் பறிக்கப்பட்டுவிட்டதாக வும் எழுதியிருந்தது. அவன் மனைவி, தன்னை ஒரு போலீஸ்காரன் வந்துபார்த்து அவள் வான் டென் போரெயின் மனைவிதானா என்பதை உறுதிசெய்துவிட்டு, அவன் புளோரென்ஸில் காயம் பட்டுக் கிடக்கிறான் என்று கூறியதாகச் சொன்னாள். அவள் ஒரு கறுப்புச் சால்வையைப் போர்த்திக்கொண்டு ஜெர்மானியத் தலைமை அலுவலகத்துக்குப் போய், தான் புளோரென்ஸ் போவதற்கு பயண அனுமதிச் சீட்டு கேட்டிருக்கிறாள்.

அவளிடம் அங்குபோய் எந்தப் பயனும் இல்லை என்றும் அங்கு அவனுடைய எந்தத் தடத்தையும் கண்டுபிடிக்க முடியாது என்றும் சொல்லிவிட்டார்கள்.

எங்கு பார்த்தாலும் ஆக்கிரமிப்பு எதிர்ப்பு இயக்கமென்றும் வெள்ளைச் சேனை என்றும் ரகசிய பேச்சுகளாக இருந்தது. அது ஒன்றும் பெரிய வெள்ளைச்சேனையில்லை. சிவப்புப்படை போல் இரவும் பகலும் விடாமல் போராடிக்கொண்டிருந்தாலும் வெள்ளைச் சேனையால் ஒன்றும் சாதிக்க முடியவில்லை. இப்போது மட்டுமல்ல, போர் முடிந்த பிறகும். நிஜத்தில் அவர்கள் அகப்பட்டு ஜெயிலில் தள்ளப்படுவதற்கான அபாயத்தில்தான் இருந்தார்கள்.

அந்தச் சிவப்புப்படையில் இருந்த மவுரிசும் காற்றுச் சத்தத்தோடு குரல்வரும் ரோஜரும் ஒரு ஜெர்மானியச் சிப்பாயோடு சிநேகம் பிடித்துக்கொண்டார்கள். அவன் தன்னை ஒரு கம்யூனிஸ்ட் என்று சொன்னதாகவும், அவ்வப்போது புரட்சிப் பாடல்களைத் தங்களோடு பாடுவதாகவும் அவர்கள் சொன்னார்கள். ஆனால் அவனை ராணுவ முகாமுக்கு காவல் பணியில் போடும் போதெல்லாம் இவர்கள் உள்ளே வருவதற்கு மறுத்துவிடுவானாம். 'உத்தரவு என்றால் உத்தரவுதான்' இது அவன் பதில்.

மவுரிஸ் சொன்னான், 'ஆம் அதோடு ஒரு ஜெர்மானியன் என்றால் ஜெர்மானியன்தான்'.

ரோஜருடைய தாய் இங்கிலாந்து ராணுவத்தினரால் குண்டுவீசப்பட்ட பின்னரும் உருக்குலையாமல் இருக்கும் எரிபொருள் கிடங்குக்கு அடுத்ததாக வசித்துவந்தாள். கிடங்கு ஒருதடவைகூட குண்டுவீச்சுக் குறிக்கு அகப்படவேயில்லை; மாறாக, அதன் அருகில் இருந்த தொழிலாளர் குடியிருப்புகளின் கூரைகள்தான் சேதமடைந்தன. தற்போதைய குண்டுவீச்சில் ஒருவன் செத்துப்போனான், இன்னொருவன் பாதி செத்து விட்டான். அற்புதமாகத் தப்பித்துவிட்ட ஒருவன் அங்கே நின்றுகொண்டு கத்திக்கொண்டிருந்தான். 'சில முட்டைகளை உடைக்காமல் உங்களால் ஆம்லெட் செய்ய முடியாது'.

குட்டி நிலக்கரித் திருடர்கள்

திகைக்க வைக்கும் கருமை நிறம் கொண்ட தண்ணீர் வெளியின் மேலே தொங்குபாலம். இருட்டில் ஒரு சிவப்பு விளக்கு. சாம்பல்நிற வானத்தை நோக்கிப் பயனில்லாத ஒரு சன்னல் இன்னும் திறந்துகிடந்தவாறு ஒருபகுதி உயர்ந்து நிற்கும் குண்டு வீச்சால் சிதிலமடைந்த சிமெண்ட்பொருட்கள் செய்யும் தொழிற்கூடம். பக்கத்தில் குண்டுமழையில் சிதறிப்போன ரயில்வே பழுதுபார்க்குமிடம். இன்னமும் குண்டுகளால் ஜல்லிகள் சிதறிப்போய் உடைந்துகிடக்கும் சாலையின் அருகில் பழுதுபார்க்கும் கூடத்தின் தடுப்புச் சுவர்களுக்கு அப்பால் நிலக்கரி குவிக்கப்பட்டிருந்தது. இதுதான் கறுப்பு மூலை. நமது வாசகர்களை அங்கு கொண்டு செல்வோம். நமது ப்ளெமிஷ் மொழியின் டிக்கன்ஸான ஹென்ட்ரிக் கான்ஸயின்ஸ் சொல்வதுபோல. ஆனால் அங்கு பார்க்கக் கிடைப்பதை அவர் விரும்பமாட்டார். ஏனெனில் அங்கு அவர் நிலக்கரித் திருடர்களைச் சந்திக்க வேண்டியிருக்கும்.

திருடன் ஒன்று: கேட்வே ஹென்றிட்டா. அவள் பெயருக்கேற்ப வாசலிலேயே வாழ்ந்து வந்தாள். அவள் வீட்டு வாசலைத் தாண்டினால் அவள் சமையலறையிலே நிற்பீர்கள். அதுவே வினோதம்தான். அதைவிட வினோதம் அங்கு எந்த நிலக்கரியையும் கண்டிப்பாகக் காண முடியாது. எந்த இரவு அவள் நிலக்கரியைத் திருடுகிறாளோ அந்த இரவே அது மாயமாகிப்போய்விடும். கர்ப்பிணி.

அந்த நிலையிலேயே தடுப்புச்சுவர் ஊடாக ஊர்ந்து சென்று கைகளால் துழாவி நிலக்கரிக் குவியலிலிருந்து பையை நிரப்பி முழுப் பையையும் ஒரு நெம்புநெம்பி உருட்டிவிடுவாள். அது உருண்டுவந்து தடுப்புச்சுவருக்கு வெளியே விழும். அங்கு அவளுடைய கள்ளக்காதலன் – அவளது புருஷன் ஜெர்மனியில் இருக்கிறான் – அதை கவனித்துக்கொள்வான்.

திருடன் நெம்பர் இரண்டு: அவன் ஒரு எலும்புத்தோலன், புள்ளிகளோடு உள்ள முகத்தில் பிதுங்கி வெளியே வந்துவிடும் போல இருக்கின்ற அவனது கண்களை மறைக்கும் அளவுக்கு ஒரு பொருந்தாத பெரிய தொப்பியை வைத்திருப்பான் அவனது முழங்கைகளும் கால் முட்டிகளும் சட்டைக்குள்ளும் பேண்டுக்குள்ளும் துருத்திக்கொண்டிருக்கும். அவன் கையாண்டது இன்னும் அபாயகரமான வழி. இருட்டைப் பயன்படுத்தி, கரி ரயில் வண்டி வளைவான பகுதியில் மெதுவாகச் செல்லும்போது வண்டிமேல் குதித்துத் தள்ளித் திறக்கக் கூடிய கரிப்பெட்டியின் கதவை மெதுவாகத் திறந்து வைப்பான். அதிக மாகத் திறந்தால் உள்ளே இருக்கும் நிலக்கரி தீப்பற்றக்கூடும் என்பது அவனுக்குத் தெரியும். வண்டி ஓட்டத்திலேயே பெட்டி காலியாகிவிடும். அதன் பிறகு ஹென்றிட்டா பாணியிலேயே நிலக்கரி அபேஸ் ஆகிவிடும்.

திருடன் நம்பர் மூன்று: அவன்தான் இந்த திருட்டுக் கும்பலி லேயே முதன்மையானவன். கும்பலில் ஒவ்வொருவருக்கும் ஒரு சைக்கிளும் பையும் உண்டு. சிமெண்ட் பொருள் தயாரிக்கும் தொழிற்கூடத்தின் சுவர்களுக்கு பின்னால் எல்லாரும் பதுங்கி இருப்பார்கள். தலைவன் வலதும் இடதும் பார்த்துவிட்டு 'சரி, எல்லாரும் வாங்க' என்று சொன்னவுடன் அங்கு வந்து கொண்டிருக்கும் நிலக்கரி வண்டிமீது குதிப்பார்கள். எல்லாம் முடித்துவிட்டு முதல் உலகப்போரின்போது பாதி கரிந்துபோன காப்பி கிளப்பில் கூடுவார்கள். ஒவ்வொரு குண்டுவீச்சுக்குப் பிறகும் இரண்டு மணி நேரத்தில் எல்லாரும் அங்கு கூடிவிடுவது உண்டு. அங்கு பீரும் கிடைக்கும். தார்அட்டை ஜன்னல்களோடும் கீறிப்போன சுவர்களோடும் அங்கே கிளப் இருந்துகொண்டிருக் கிறது. கதவுமட்டும் வெளிறிப்போன மரப்பலகைகளால் ஆனது.

ராணுவக் குடியிருப்புப் பகுதி என்பதால் நிறைய பேர் அங்கு இருந்தனர். உண்மையில் அது ராணுவக் குடியிருப்புப் பகுதியே அல்ல. முந்தைய யுத்தத்தின்போது அவசரத் தங்குமிடமாகப் பயன்படுத்தப்பட்ட முதலாம் ஆல்பெர்ட் குடியிருப்பு அது. மீன் வாங்குவதற்கு அழுக்குப் பையுடன் ஒரு பெண், வாளியுடன் ஒருத்தி, கையில் குழந்தையோடு இன்னொருத்தி. மேலும் சிமெண்ட் கூடத்தின் இடிபாடுகளுக்கிடையிடையே அமர்ந்தவாறு

நேரத்தைக் கழிப்பதற்கு யுத்தத்தைப் பற்றி கதைத்துக்கொண்டும் இடையிடையே இடிபாடுகளில் விளையாடிக்கொண்டிருக்கும் குழந்தைகள் கீழே விழுந்து மண்டைக் காயங்கள் பட்டு விடாமலிருக்க எச்சரித்துக்கொண்டும் இருக்கும் பெண்கள். 'மரியா என் கண்பார்வையைவிட்டு விலகக்கூடாது. ஜாக்கிரதை.' மேலும், ரயில்வே ஊழியர் என்று சொல்லப்படுபவர்கள் தீயணைப்புப்படை வீரரிடமோ, ரெயில் பொறியாளரிடமோ இருந்து பழைய தொப்பிகளை வாங்கி மாட்டிக்கொண்டு **பணியாளர் மட்டும்** என்று எழுதப்பட்டிருக்கும் வாசல் வழியாக உள்ளே சென்று தங்கள் பைகளை நிரப்பிக்கொண்டு வெளியே வரும்போது அங்கே மணிக்கணக்காக உட்கார்ந்திருக்கும் பெண்கள் நக்கலாகக் குரல் எழுப்புவார்கள். அது சரி அவர்கள் ஏன் அங்கே யாருக்காக காத்திருக்கிறார்கள்? எல்லாம் நிலக்கரிக் கூடக் காவலாளிகளுக்காகத்தான். சிலசமயம் ஒரு மார்க் நாணயத்திற்காகவோ, அவ்வப்போது லேசாக தென்படும் பெண்களின் தொடை தரிசனத்துக்காகவோ தலையை அசைத்து உள்ளே போகலாம் என அவன் அனுமதிப்பான். பிறகு நிலக்கரிக் குவியலுக்கு முதுகைக் காட்டிக்கொண்டு அங்கே உடைந்து நிற்கும் உயரமான சுவரின் பிளவை உற்றுப்பார்ப்பது போல் நின்றுகொண்டிருப்பான்.

கடைசியாக ப்ளோர் கைவண்டியை இழுத்துக்கொண்டு, அவனே நலிந்துபோன குதிரைபோல் இரும்புக் கம்பிகளுக்கு நடுவிலும் அவன் மனைவி இடப்பக்கமாகவும் சகோதரி வலப்பக்கமாகவும் வருவான். வண்டியைக் கொண்டுவந்து நிறுத்திவிட்டு அடுத்தடுத்து நின்று காத்துக்கொண்டிருப்பார்கள். புளோர் அவர்களுக்குப் பொதிதாள் தருவான். அந்த இடமும் தண்ணீர் வெளியும் பாலமும் சிவப்புவிளக்கும் அவர்களை ஒரு தீவிர உணர்வு நிலைக்குக் கொண்டுபோகும். இந்தக் காத்திருப்பு ஒரு குறிப்பிட்ட நேரத்தில் அவர்களைக் கடந்துபோகும் இரவு நேரப் புகைவண்டி வரும் வரைதான். அப்போது அந்தப் புகைவண்டியை ஓட்டுபவன் தனது கால்களால் பெரியபெரிய நிலக்கரிப் பாளங்களை உதைத்துத் தள்ளிவிடுவான். மறுநாள் காலையில் புளோரின் வீட்டில் வந்து சரிபாதி நிலக்கரியை வாங்கிக்கொள்வான். இவர்கள் எல்லாருமே குட்டி நிலக்கரித் திருடர்கள்தாம். பெரிய திருடர்களைப் பற்றி நாம் பேச வேண்டியதில்லை. அவர்களைப் பற்றி எல்லாருக்கும் தெரியும்.

*திடீரென்று வீட்டுக்குமுன்பாக ஒரு பெண் **'குண்டுகள், குண்டுகள்'** என்று அலறினாள். கடவுளே, அது உண்மைதான். அவர்கள் குண்டுகளை வீசுகிறார்கள். ஒருவருடைய படபடக்கும்*

இதயத் துடிப்பைத் தவிர வேறதும் கேட்காத அந்த நிசப்த வேளையில் ஒரு தள்ளுவண்டி பிரதான சாலையூடாக வேகமாக வந்துகொண்டிருப்பது, அதுகூட எதிலிருந்தோ தப்பிக்க ஓடி வருவதைப்போல இருந்தது. ஆனால் விமானங்கள் மறைந்ததும் இந்த உலகமே ஏதோ பெரிய விவசாயச்சந்தையோ என நினைக்கும் அளவுக்கு மக்களின் பேச்சுச்சத்தம் இடத்தை நிறைத்தது. சளபுளா... சளபுளா... திடீரென்று எங்கிருந்து இந்தக் குரல்கள் வருகின்றன? பிறகு எல்லாம் சரியாகிவிட்டதை உணர்த்தும் சங்கொலி கேட்கும். குழந்தைகள் அமைதி திரும்பிவிட்டது போல் தெருவில் ஆடத்தொடங்கிவிடுவார்கள். இதை வைத்துத்தான் குழந்தைகள்கூட இந்த நாள்தான் நிஜம், இந்த மணிதான் நிஜம் என வாழப் பழகிவிட்டார்கள் என்று சொல்லத் தோன்றுகிறது.

தேவ்னா

பெரிய தெருவைத் தவிர்ப்பதற்காக நான் தொழிற்சாலைத் தெருவழியாக வீட்டிற்குத் திரும்பிக்கொண்டிருந்தேன். பெரிய தெருவின் காற்று வீசும் மூலையில்தான் என்னுடைய அடையாளச் சீட்டுகளைச் சோதனையிட அவர்கள் காத்துக் கொண்டிருப்பார்கள். அவர்கள் கடமையைச் சரியாகச் செய்வார்கள் என்றாலும் எனக்கு அது அடிவயிற்றைப் புரட்டிப் போடுவதாகிவிடும். ஒரு தடவை அவர்கள் சோதனையில் சிக்கினால் அப்புறம் சாப்பிடவே முடியாது. தொழிற்சாலைத் தெருவில் வியசேவின் மனைவியை அவள் வாசலில் பார்த்தேன். அவள், மாடியின் திறந்த ஜன்னல் வழியாகக் கையில் இறகுகளாலான தூசு துடைப்பானோடு, வெளியே எட்டிப்பார்த்துக் கொண்டிருந்த ஆல்பிரட்டின் மனைவியிடம் சத்தமாகப் பேசிக்கொண்டிருந்தாள். 'வீட்டில் பால் கூட இல்லை; ஒரு முட்டைக்குக்கூட வழியில்லாத இந்நாட்களில் நான் எப்படி சின்னக் குழந்தைகளுக்கு உணவூட்ட முடியும்' என்று சொல்லிவிட்டு ஏதோ இந்த யுத்தம் என்னுடைய தவறு என்பதுபோல் என்னை நோக்கிக் கோபப் பார்வை பார்த்தாள். மாடி ஜன்னலிலிருந்து ஆல்பிரட்டின் மனைவி பதிலுக்கு (ஜெர்மானியர்களைப் பற்றி ஏதோ) உரக்கப் பேசினாள். சாம்பல் நிறத்தைவிடக் கறுப்பு பரவாயில்லையாம். அதுவும் என்னைக் குறிவைத்துச் சொல்லப்பட்டதே. ஏனெனில் எங்களது அக்கம் பக்கத்தில் யுத்தம் பற்றிப் பேச்சு வரும்போதெல்லாம்

எனது சிறு யுத்தம் 45

நான் வாயை மூடிக்கொண்டுவிடுவதால் அவள் என்னை ஜெர்மானியருக்கு ஆதரவானவன் என்று சந்தேகப்பட்டாள். ஆனால் வியசேவின் மனைவி இதைப் பற்றியெல்லாம் கவலைப் படவில்லை. அவள் நினைப்பெல்லாம் வாழும் தன் குழந்தை களைப் பற்றித்தான். தனது முன்கை முட்டிகளை இடுப்பில் பதித்துக்கொண்டு அவள் உரக்கப் பேச ஆரம்பித்தாள். 'நான் என்ன சொல்கிறேன் என்றால், நான் என்ன ...'

திடீரென்று மழலையர் பள்ளியிலிருந்து குழந்தைகள் வெளியே வந்துகொண்டிருந்தார்கள். வியசேவின் மகனும் என் மகனும் விமானத்தின் இறகுகளைப்போல் கைகளை அகல விரித்துக்கொண்டு ஒரு மூலையைக் கடந்து வந்தனர். வியசேவின் மகன் தண்ணீர் நிரம்பிக் கிடப்பதும் யாரும் ஊர்ந்து உள்ளே போகத் தயாராக இல்லாததுமான விமானக் குண்டுவீச்சு பதுங்குமிடத்தை நோக்கிக் குண்டுகளைப் பொழிவது போலவும், என் மகன் விமானத் தாக்குதல் அபாயச் சங்கொலிப்பது போலவும் செய்துகாட்டிக்கொண்டிருந்தனர். சங்கொலிப்பதை என் மகன் மிக நன்றாகவே பண்ணினான். சங்கொலியை அவன் தொடங்கியுடனே இரண்டொரு கதவுகள் திறக்கப்பட்டு சிலர் வெளியே சாய்ந்து கூர்மையாகக் கேட்டனர். சரியாகப் பேச்சு வராத வியசேவின் மகன், "அ ... அ ... அம்மா ... இன்று பிற்பகல் ஒரு கப் வீட்டுக்குக் கொண்டு வரவேண்டும். நாம் ஸ் ... ஸ் ... ஸ்டூவ்னா சாப்பிடப்போகிறோம்" என்றான். கையில் துடைப்பத்தோடு நின்றுகொண்டிருந்த ஆல்பிரட்டின் மனைவி சிரிக்கத் தொடங்கினாள் ... நெஞ்சு வலிக்கும் வரை. நானும் என் பையனின் கையைப் பிடித்துக்கொண்டே சிரித்தவாறு வீட்டுக்குச் சென்றேன். அப்போது அவன், "அப்பா ! இன்று பிற்பகல் பள்ளியில் நாங்கள் டிவ்னா சாப்பிடுவோம்" என்றான். "அது டிவ்னா இல்லை ... ஸ்டியூ" என்று திருத்தினேன். "நீ வியசேவின் மகனைப் போலப் பேசக்கூடாது. அவனால் சரியாகப் பேச முடியாது. ஆனால் மறுபடியும் என் மனைவியிடம் அவன் டிவ்னா என்று சொன்னான். என் மனைவி உரக்கச் சிரித்தாள். 'ஸ்டியு ... ஸ் ... ஸ் ... ஸ்டியு' என்று சொல்லிக்கொண்டிருந்தாள்.

யப்பா ... மொத்தமாக அக்கம்பக்கத்தார் அனைவரும் அந்தப் பிற்பகலில் அவரவர் குழந்தைகளுடன் பள்ளிக்குச் சென்றனர். வியசேயும் நீலமாகப் பச்சை குத்தப்பட்ட தன் கைகளில் வெள்ளைநிறக் கோப்பையோடு வந்து நின்று, 'நான் ஜெர்மனியில் வேலை செய்ய மாட்டேன்' என்று சொல்லிக்கொண்டான். அவன் பசியாக இருப்பதையும் தன் குழந்தைகளுக்காக அவர்கள் வழங்கும் ஸ்டியுவை வாங்குவதற்கு அங்கே நிற்பதை யாரும் பெரிதாக எடுத்துக் கொள்ள வேண்டாம் என்பதைத் தெரிவிப்பதற்காகவும்

அதை அவன் சொன்னாலும் அதுவே எல்லாவற்றையும் தெளிவாக வெளிப்படுத்திவிட்டது. உண்மையைச் சொல்வ தென்றால் வியசே எப்போதும் வேலை செய்ததில்லை. ஜெர்மனியில் மட்டுமன்று; பெல்ஜியத்திலேயும் வேலை செய்யப் போவது சாத்தியமில்லை. அதற்குப் பதில் பிச்சையெடுப்பான். இப்போதெல்லாம் அவனுக்குக் கிடைப்பது குடியானவர்களிட மிருந்துதான். அதுவும் சொல்லிக்கொள்ளும்படியாக ஒன்று மில்லை, ஸ்டியுவாகவும் நிச்சயமாக அது இருக்காது என்று அவன் சொல்வான். அந்தக் குடியானவர்கள் ஜெர்மானிய ஆதரவாளர்கள் என்றும் அவன் கூறுவதுண்டு. இப்போது ஒரு கையில் சிறிது நேரம்; மற்றொரு கையில் சிறிது நேரம் என்று கோப்பையை மாற்றி மாற்றி வைத்துக்கொண்டு பள்ளியின் வாசல் கதவை ஆவலோடு பார்த்துக்கொண்டு நின்றான். தத்தம் கோப்பைகளைத் தமக்கு முன்பாக நீட்டியவாறு குழந்தைகள் பள்ளியிலிருந்து வெளியே வந்துகொண்டிருந்தார்கள். அவர்களிட மிருந்தது டிவ்னாதான். டி . . . டி . . . டிவ்னா. வியசே அதைப் பார்த்துவிட்டு, 'யேசுவே! நான் அந்த மீன்வகையை வெறுக்கிறேன்' என்றான்.

உலகமே பெல்ஜிய தேசபக்தியால் நிறைந்திருந்தாலும் **யாரும் தந்தையர் நாடு என்ற மயிரைப் பற்றிக் கவலைப்படப்போவ தில்லை.** *நான் விரும்புவதெல்லாம் மேசையில் கொஞ்சம் உணவு, தணல் அடுப்புக்குக் கொஞ்சம் நிலக்கரி, அயர்வதற்கு இதமான படுக்கை, பக்கத்தில் மனைவியின் உடல், பார்ப்பதற்கு என் குழந்தையின் கண்கள் மட்டுமே. என்னைச் சுற்றிச் சுழன்று கொண்டிருக்கும் உலகத்தைப் பற்றி உணராமல் மனிதர் களுக்குள் மனிதனாகவும் மனிதர்களை நேசிப்பவனாகவும் இருக்கவே விரும்புகிறேன். கண்டிப்பாகத்* **தந்தையர் நாட்டை நேசிப்பவனாக அல்ல.**

எப்படியாயினும் எனக்கும் அதிரேனியுஸ் எயிதெஸ்டிட்க்கும் – அது அந்த குண்டி நக்கி அந்திரேயின் புனைபெயர் – இடையே பொதுவானதென்று எதுவுமில்லை. அவர் ஓர் அறிவுஜீவி; செய்யுளாக எழுதுபவர். தான் செய்வதை எழுதுவது என்று சொல்வதா அல்லது பெற்றெடுப்பது என்று சொல்வதா என்று அவர் வியந்து கேட்பதைச் சற்றுக் கற்பனைசெய்து பாருங்கள். குறுகிய பார்வையுடன் நிலவையும் தனது தனிமையையும் மற்றும் கடவுளையும் பற்றிய செய்யுள்களைப் பெற்றெடுத்துக்கொண்டு கூடவே சுட்டுத்தள்ள வேண்டிய யூத இன மற்றும் பொது வுடைமை எழுத்தாளர்களின் முழுப் பட்டியலை அவர் தயாரித்துக்கொண்டிருப்பதைக் கற்பனைசெய்து பாருங்கள்.

இளகிய மன இன்ஸ்பெக்டர்

எங்கள் அக்கம்பக்கத்து வீடுகளின் தோட்டங்களில் வேலிகள் கிடையாததால் என்னுடைய தோட்டத்துப் பெஞ்சில் நான் உட்கார்ந்திருந்தபோது ஸ்டஃப் ஸ்பீசியின் தோட்டத்துப் பெஞ்சில் ஒரு அந்நியன் அமர்ந்திருந்ததைப் பார்த்தேன். அவன் என்னோடு பேச்சுக்கொடுக்க ஆரம்பித்து 'இந்த வேனல் காலத்தில் தற்போதைய சூழ்நிலை இதமாக இருக்கிறது' என்று சொன்னான். இவன் யாராக இருக்குமென யோசிக்கிறேன். ஏனெனில் ஒருவர் மாலை வேளையில் நல்ல அல்லது மோசமான காலநிலையைப் பற்றி உரையாட விரும்புகிறார் என்றால் அது அவர் அன்றைய அலுவல்களை நிறைவாகச் செய்து முடித்துவிட்டதனால் இருக்கும் அல்லவா. ஆனால் வழக்கமான எந்தப் பிற்பகலி லும் யாரைக் குறித்தாவது எழுதுவதற்கு உங்கள் நோட்டுப் புத்தகத்தைத் திறக்க வேண்டியிருக்கும். அது இரவில் நிலக்கரி திருடுபவர்களைப் பற்றியோ, கடத்தல் பேர்வழிகளைப் பற்றியோ, கருஞ்சேனை நபர்களைப் பற்றியோ இருக்கும். அவர்களும் இங்கு வந்து அவர்களுடைய வழமையான தொந்தரவு களைப் பண்ணிவிட்டு – அதை உங்களிடமே பிறகு சந்தோஷமாகச் சொல்வார்கள் – மேலும் வேடிக்கைக்காக வேறு பகுதி தேடிப் போவார்கள். இப்போது இந்த ஆள் இறைச்சிக் கண்காணிப்புத் துறையைச் சேர்ந்தவன் என்பது தெரியவந்தது. கௌபாய்த் தொப்பியாலும் நைந்துபோன கழுத்துப் பட்டையாலும் கட்டமைக்கப்பட்டு

லூயிஸ் பால் பூன்

நையப்புடைக்கப்பட்ட நாயின் முகத்தோடு இவன் இருந்தான். இவன் கார் வாங்கி விற்கும் தொழிலில் ஈடுபட்டுத் திவாலாகிப் பிறகு இறைச்சிக்குழல் மற்றும் பாலாடைக்கட்டி வியாபாரத்தில் அதைப் பற்றி நன்கு தெரிந்த ஆனால் முதலீட்டுக்கு வக்கில்லாத ஒருவனோடு கூட்டுச் சேர்ந்து இறங்கி, கொஞ்சம் பணம் சேர்ந்ததும் நன்கு குடித்து அழித்ததில் மறுபடி கூட்டாளியோடு திவாலாகி இருக்கிறான். இப்போது இவன் சுயதொழில் எதுவும் செய்யாமல் இறைச்சிக் கண்காணிப்புத் துறையில் வேலை செய்வதாகவும் இதமான வெயிலில் பெஞ்சில் உட்கார்ந் திருப்பதாகவும் சொல்கிறான். இதனையே முதன்மையாக்கி இவன் எவ்வளவு பெரிய ஆள் என்பது தெரியாமல் இவனோடு மோதியவர்களை எதிர்த்து நின்றதைப் பற்றி கதை கதையாகச் சொல்கிறான். 'எக்கச்சக்கமாகப் பணம் குவிக்கலாம் ஐயா. நானே இரவு பகலாகத் தொழில் செய்திருக்கிறேன். இறைச்சிக் கண்காணிப்புத் துறையில் வேலைசெய்யும் இன்னொருவன் போல நான் இல்லை. அந்த இன்னொருவன் குடியானவர்களிடம் போவான். அவர்களுடைய விலங்குகள் கொட்டகைகளில் பரிசோதனை செய்யத் தனக்கு உத்தரவு வந்திருப்பதாகச் சொல்வான். அவர்களுடைய விலங்கு கட்டுமிடங்கள் விதிமுறைகளின்படி இல்லையென்றும் இதை மேலிடத்துக்குத் தெரிவித்தாக வேண்டுமென்றும் இன்னும் மூன்று நான்கு தினங்கள் கழித்து வருவதாகவும் சொல்வான். பிறகு சொன்னது போல் அங்கே போவான். அங்குக் கொட்டடிகளில் எந்த மாற்றமும் நடத்திருக்காது. மாறாக அவனுக்காகப் பதப்படுத்திய பன்றி இறைச்சி சுவரில் தொங்கிக்கொண்டிருக்கும். அடுத்த பண்ணையில் முட்டையோ வெண்ணெயோ காத்திருக்கும். அதற்கு அடுத்த பண்ணையில் மூடையில் கோதுமையோ, கொஞ்சம் பாலோ இப்படி ...'

'ஆம், இதைப் பற்றி நீங்கள் ஒரு நூல் எழுத வேண்டும், ஆனால் யாரும் நம்பப்போவதில்லை. நீங்கள் எதைப் பற்றி எழுதுகிறீர்கள் என்று எனக்குத் தெரியாது. நான் எதையும் படித்ததில்லை. ஆனால் அந்த எர்ணஸ்ட் டிம்மர்மான்ஸ் எழுதுவதெல்லாம் மக்களைத் தாலாட்டித் தூங்க வைத்து விடுகின்றன. ஒரு நூல் மக்களை விழிப்படையச் செய்ய வேண்டும். நான் ஒரு நூல் எழுதுவதாக இருந்தால் அந்த இறைச்சிக் கண்காணிப்புத் துறையிலுள்ள இன்னொருவனைப் பற்றித்தான் எழுதுவேன். சமீபத்தில் ஒருநாள் அவனுக்கும் ஒரு வண்டிக்காரனுக்கும் உண்மையான சச்சரவு ஏற்பட்டுவிட்டது. அதன் பிறகு அதே வண்டிக்காரன் ஒரு நொண்டிக் குதிரை யோடு தெருவில் போய்க்கொண்டிருந்தபோது அவனிடம்

மாட்டிக்கொண்டான். பெயர் சொல்லும் அளவுக்கு முக்கிய மில்லாத அந்தத் தெருவில் வண்டிக்காரனை விரட்டிப் பிடித்து விட்டு அக்குதிரை கீழே விழுந்துவிட இருப்பதைக் கண்டு கொண்டான்.

அவன்: உன் குதிரை நொண்டியாக இருக்கிறது.

வண்டிக்காரன்: அதனால் உனக்கு என்ன?

அவன்: ஒரு நொண்டிக் குதிரையோடு நீ தெருவில் வண்டி ஓட்டிக்கொண்டு போக முடியாது. இதோ பார், அதற்கு ரத்தம் வடிகிறது. அதைவிட மேலாக அது சுத்தமாகக் களைத்துத் தேய்ந்து போயிருக்கின்றது.

வண்டிக்காரன்: என் குதிரை நூறு வயது வரை இருக்கும்.

இப்படியே நடைபாதை வழியே அவன் ஒன்று சொல்ல வண்டிக்காரன் ஒன்று சொல்ல வாக்குவாதத்தோடு போய்க் கொண்டிருக்கையில் குதிரையும் நொண்டிக்கொண்டே, நிஜமாகவே அதன் இறுதி நடையாக, மூவரும் வண்டிக்காரன் வீட்டு வாசல் அடையும்போது, செத்து விழுந்தது. நான் கிண்டலுக்குச் சொல்லவில்லை. பிறகு என்ன நடந்தது? இருவரும் செத்த குதிரையை முறையாக அறுத்துக் கூறுபோட்டு ஒரு வாடிக்கையாளருக்கு அரை கிலோ வீதம் விற்பதற்கு ஒத்துக்கொண்டனர்.

இது அந்த இளகிய மனம் கொண்ட இறைச்சிப் பரிசோதகன் என்னிடம் சொன்னது. அடுத்த நாளே என் மனைவி என்னிடம் கொஞ்சம் குதிரை இறைச்சி கிடைக்குமா என்று பார்க்கச் சொல்லிவிட்டு முந்தைய தினம் ஸ்டப் ஸ்பீசியின் தோட்டத்துப் பெஞ்சில் உட்கார்ந்திருந்த ஒரு ஆள் ஒரு வண்டிக் காரனோடு சேர்ந்து ஒரு குதிரையை வெட்டி இருவருமாக ஒரு நேரத்தில் அரை கிலோ வீதம் விற்றுக்கொண்டிருக்கிறார்கள் எனச் சொன்னாள்.

கபே மாட்டிஸ் முதலாளியின் இளவயது மகள் லீன்ஜே. ஒரு குழந்தையைப் போல் இலகுவான உடம்பும் அவளால் சுமக்க இயலாத அளவு மார்பகங்களையும் உடையவள். நம்ப முடியாத அளவுள்ள அவற்றை வைத்துக்கொண்டு நகரத்தினூடாக அவள் நடந்து செல்லும்போது எல்லாருடைய கண்களையும் அவை குத்த வருவதுபோலிருக்கும். போர் விமானங்கள் மேலே பறந்தபோது எல்லாரும் நிலவறைக்குள் ஒளிந்துகொள்ள ஓடியபோது சற்று குடித்திருந்த அவள் நினைவிழந்து அசிங்கமாகக்

50 லூயிஸ் பால் பூன்

குறட்டை விட்டுக் கிடந்ததைக் கண்ட அவளது தகப்பன் அவளை அவசர அவசரமாக படுக்கையில் கிடத்த முடிவெடுத்து பாதுகாப்புக் கருதி அவளது அருகிலேயே படுத்துக்கொண்டான். அடுத்த நாள் காலையில் இருவரையும் ஒரே படுக்கையில் பார்த்த அவனது மனைவியிடம் அவன் விவரித்தது இது.

வருங்காலத் தலைமுறையினருக்கென நான் எழுத இருக்கும் கதை ஆஸ்கர் பற்றியது. சரி இந்தப் பகுதியை விட்டு விடுங்கள். மெதுவாகச் சாகடிக்கும் வியாதிகொண்ட கசாப்புக் காரன் ஆஸ்கரும் அவனோடு தங்கியிருந்த மரியட்டும் – அவள் கணவன் ஜெர்மனியில் வேலை செய்துகொண்டு தன் பங்குக்கு ஒரு ஜெர்மன்காரியுடன் இருந்தான் – லீன்ஜே, அதுதான் கபே மாட்டிஸேயின் லீன்ஜே வீட்டில் குடிகுடி விடாக் குடியாகக் காதுத்துளைகளில் சரக்கு கசியும் அளவுக்குக் குடித்துக்கொண்டிருந்தார்கள். உட்கார்ந்துகொண்டே . . . குடித்துக்கொண்டே . . . சரக்குக் கசிந்துகொண்டே. முன்பு திருச்சபைக் கன்னியாக இருந்து பின் உடுப்பைக் களைந்து வெளியே வந்து இப்போது புற்றுநோயுடன் இருக்கும் மரியாவும் அவர்களோடு சேர்த்துக்கொண்டாள். அவள் கண்ணைத் திறக்க முடியாத அளவுக்குக் குடித்த நிலையில் தனது நீள்பாவாடையை உயரத் தூக்கி ரத்தம் கசியும் புற்றுக்கட்டியை அங்கிருந்த ஆண்களுக்குக் காட்டினாள்.

இவ்வளவு நாசியைத் துளைக்கும் கருகிய வாசனைக் குழப்பங்களும் – வெளியே சொல்ல முடியாத நோய்கள், முடிவில்லாத குடி, விபச்சாரங்கள் எல்லாம் – எனக்குரிய சொற்ப இறைச்சி ஒதுக்கீட்டை எதிர்பார்த்து இருக்கும் என்னைப் பீதியில் ஆழ்த்துகின்றன.

அந்த மாலையிலேயே டவுன் ஹாலில் கலைகளைப் பற்றிய ஒரு பிரபலக் கவிஞனின் சொற்பொழிவு நிகழ்ந்தது. நான் புரிந்துகொண்டது சரியாக இருக்குமென்றால், 'எந்தவொரு ஓவியனும் இனிமேல் குடிகாரர்களைச் சித்திரமாக வரையக் கூடாது; அழகான, பிரபலமான பிளெமிஷ் மாதிரிகளைத்தான் வரைய வேண்டும்.'

கடிதம்

அந்தூன், உண்மையாக மிச்சிகனிலோ கெனடிகட்டிலோ இருக்கவேண்டியவன், இறுக்க மான சட்டைக் காலரோடும் கௌபாய் தொப்பி யோடும் இருக்கும் அவன் ஏதோ தவறுதலாக எங்களுக்குப் பக்கத்தில் புறநகர் பகுதியில் வசிக்கிறான். அவன் இரவுச் சாப்பாட்டுக் காக அமர்ந்திருப்பதையும், சாய்வு நாற்காலியில் உட்கார்ந்திருப்பதையும் பார்த்திருக்கிறேன். ஆனால் தொப்பி மட்டும் அவன் தலையை விட்டு அகலாது. நான் நினைக்கிறேன் அவன் குளிக்கும்போதும் அதை அணிந்திருப்பான் என்று. அவன் ஒரு மின்சாதன பழுதுபார்ப்பவன், ரேடியோவைச் சரி செய்பவன், தனது காரை பழுதுபார்த்து வைத்திருக்கிறான்; ஆகையால் அவனது வாகனமாக வாரம் முழுவதற்கும் மற்றும் ஞாயிற்றுக் கிழமைகளில் பேருந்தாக அவன் குடும்பத்துக்கும், ஏன் அப்படி இருக்கக்கூடாது, அவனுக்கு ஏழு குழந்தைகள் மூத்ததற்கு பதினைந்து வயதும் இளையதுக்கு பதினைந்து மாதங்களும் ஆகிறது என்று அதை ஓட்டிக்கொண்டிருக்கிறான். எல்லாக் குழந்தைகளையும் கூடவே ஒரு பெரிய சாமான் பொதி மற்றும் அவனது மனைவியையும் – அவள் என் மனைவியின் சகோதரி – அடைத்துக் கொண்டபின், ஊருக்கு வெளிப்பகுதிக்கு அந்த சின்னக் கார் குலுங்கிக் குலுங்கிப் போகும், அவன் எப்போதும் ஒரு கொடாக் புகைப்படக் கருவியை வைத்து *6x9* அளவில் எட்டுப் புகைப்படங்கள் எடுப்பான். ஒரு புகைப்படம் அவன் மனைவியும் குழந்தைகளும், மற்றொன்று அவன் மனைவியும்

கடைசிக் குழந்தையும், அடுத்து ஒன்று எல்லாக் குழந்தைகளையும் வைத்து, ஒவ்வொரு தடவை அவர்களைப் படம் எடுக்கும்போதும் அவர்கள் ஏதாவது சில்லறைக் குறும்புகளைப் பண்ணிக்கொண்டிருப்பார்கள். மூத்தவள் பவுலா அவளது அப்பாவின் முகத்தைக் கொண்டிருக்கிறாள். ஆனால் அந்த கௌபாய் தொப்பி இல்லாமல் இப்போதுதான் பதினாறு வயதுக்குள் நுழைந்திருக்கும் மிரியம் எப்போதும் உங்களைப் பார்க்கையில் புரிந்துகொள்ள முடியாத ஒரு புன்னகையோடு இருப்பவள், அவளே உணராதவாறு திரை நட்சத்திர உடல் பாவனைகளைக் காட்டுகிறவள், ஒரு அழகியாக அவள் ஆவதற்கு நல்ல வாய்ப்பு இருக்கிறது. வரிசையில் அடுத்த ஜூடித் அவளது தாயின், எனது மனைவியின் சிரிப்பைக் கொண்டவள். கடைசி 6 X 9 புகைப்படம் அந்தூனுக்கானது. அவன் கார் சக்கரத்தின் மேல் உட்கார்ந்திருப்பான், அவன் மனைவி கேமராவுடன் வசமான இடத்தில் நின்று அடிபட்டுச் சப்பிப்போன மட்கார்டு மற்றும் காணாமல்போன கதவுப்பிடி படத்தில் விழாதபடி படம் எடுப்பாள். வழக்கம்போல் பாதிப்படங்கள் சரியாக வராது.

சரி, வேறு விஷயத்துக்குப் போவோம். அந்தூனிடம் ஒரு சின்ன சினிமா புரொஜக்டர் இருக்கிறது, வழக்கமாகத் தன் குடும்பத்துக்கு ஒரு பழைய கௌபாய் படத்தைப் போட்டுக் காட்டுவான். அடிக்கடி இழுத்துக்கொண்டு ஓடும் – அது நமக்கு வாய்த்த எந்திரக்கோளாறு – ஏகப்பட்ட நீண்ட கோடுகளாக இருக்கும் படத்தில் நமக்கு நன்கு பழகிப்போன மவுனப்பட சைகைகளைச் செய்வார்கள். ஒரு இளம்பெண் புருவத்தை நெறிப்பாள். கையைச் சிந்தனை வசப்பட்டு புருவத்தில் வைப்பாள், அந்தூனுடைய எல்லாக் குழந்தைகளும் ஆச்சரியக்கூவல் எழுப்புவார்கள், ‘அவள் இப்போது யோசிக்கிறாள்’. ஆனால் இந்த ஆடம்பரத்தைத் தாண்டி அந்தூன் எந்த அளவுக்கு முடியுமோ அந்த அளவுக்குப் பழமைவாதி, எவ்வாறென்றால் அவன் தன் குழந்தைகளிடம் சொல்வதுண்டு; நீங்கள் உங்க சித்தப்பா வீட்டிற்குப் போகக்கூடாது. ஏனெனில் அவர் ஒரு அராஜகர், ஆனால் தற்போது நாங்கள் இருவருமே இங்கிலாந்து ஆதரவாளர்களாததால் அவன் தன் மனைவியை என் மனைவிக்கு ஒரு கடிதம் எழுத அனுமதித்திருந்தான்.

‘அன்புச் சகோதரியே, குழந்தைகளும் அந்தூனும் நானும் புகைவண்டிப் பட்டறைக்குப் பக்கத்தில் வசிப்பதால், எல்லா இரவுகளிலும் ஜெர்மானியக் குண்டுகளோடு புகைவண்டிகள் இங்கு வந்து நிற்கின்றன, நாங்கள் பதற்றத்தோடு இங்கிருந்து காலிபண்ணிவிட்டுப் போகவே விரும்புகிறோம். ஆனால் எல்லாக் குழந்தைகளோடும் அந்தூனுடைய தொழிலைப்

பற்றிய கவலையோடும் எங்கு போவது? நேற்றுத்தான் அவன் இரண்டு ரேடியோ விற்றான். ஒவ்வொரு மாலையிலும் விமானத் தாக்குதல் எச்சரிக்கை ஒலி கேட்கும்போதெல்லாம் நாங்கள் கிளம்புவதற்குத் தயாராகிறோம். அந்தூன் எங்கள் ஒவ்வொருவருக்கும் அவரவர் பெயர்களோடு ஒரு முதுகுப் பையை ஒழுங்குபண்ணியிருக்கிறான். சங்கொலி கேட்டவுடன் எங்கள் முதுகுகளில் பையை மாட்டிக்கொண்டு தெருவுக்கு வருகிறோம். இளையதுக்குச் சின்னப் பை, எனக்கு ஆகப் பெரிய பை. மேலும் நீ ஏற்கெனவே கேள்விப்பட்டபடி இங்கு கொஞ்சம் குண்டு வீச்சு உண்டுதான், எச்சரிக்கைச் சங்கொலியும் கேட்டது, விமானங்களை எதிர்த்துத் தாக்கும் பீரங்கிகள் எல்லாப் பக்கங்களிலிருந்தும் தாக்குதலைத் தொடங்கிவிட்டன. சிவப்புத் தீப்பாளங்கள் மேலிருந்து கீழே வந்துகொண்டிருந்தன. தேடுதல் ஒளிக்கற்றைகள் குறுக்குவெட்டாகச் சந்தித்துக்கொண்டன. மேலும் குண்டுகள் விழுந்தன. நாங்கள் எங்கள் பைகளை எடுத்துக்கொண்டோம். அந்தூன் கடைசிக் குழந்தையை அவனுடைய முதுகுப் பைக்கு மேலாகத் தூக்கி வைத்துவிட்டு குழந்தை எதையும் பார்த்துவிடக்கூடாதபடிக்கு தனது கௌபாய் தொப்பியை அதன் மேலாக வைத்துவிட்டு அவன் சொன்னான் 'இப்போது நாம் இங்கிருந்து கிளம்புகிறோம்'. நாங்கள் நிற்காமல் ஒருமணி நேரமாக நடந்து கழிவுநீர்க் கால்வாய்வரை போகையில் ஜூடித்துக்கு அதற்குமேல் போக முடியவில்லை, எனக்கும் போக முடியவில்லை, நாங்கள் களைத்துப்போய் தரையில் விழுந்தோம். அப்படி நாங்கள் கீழேயே கிடந்தபோது நான் குழந்தைகளை எண்ணிப் பார்த்தேனா, ஒன்று தவறியிருந்தது, கடைசிக் குழந்தை, நான் சொன்னேன். அந்தூன், நம்ம பாட்ரிக் எங்கே? தண்ணீர் தெறிக்கிற சத்தம் கேட்டது, நான் கால்வாய் பக்கத்தில் நீரோட்டத்தைப் பார்த்தேன், அங்கே பாட்ரிக், அந்தூனுடைய கௌபாய் தொப்பியோடு, எங்கு போகிறான் என்பதை அவனால் பார்க்க முடியாதபடி, நேராகத் தண்ணீருக்குள் போனான். உன் சகோதரி எம்மா.'

மேலும் ஜெர்மானியர்களைத் திருமணம் செய்துகொண்டவர்களைப் பற்றிச் சொல்லும்போது ஒரு ஜெர்மானியப் பெண், சினிமா தியேட்டரில் கணவனோடு வரிசையில் நின்றுகொண்டிருப்பவள் மென்மயிர்த்தோல் மேற்சட்டை அணிந்திருந்தாள். அவளை வெறுப்புடன் கண்களில் பேராவலோடு பார்த்துக் கொண்டிருந்த யாரோ ஒருவன் சொல்கிறான், 'அங்கே,

ஜெர்மனியில் அவளுடைய அசிங்கம் பிடித்த உடம்பை எதை வைத்து மூடிக்கொள்வாள் என்பது கடவுளுக்குத்தான் தெரியும்.'

மேலும் இத்தாலி சரணடைந்துவிட்டது, இனி நீண்டநாள் ஆகாது, இது எப்போதும் அந்த மாதிரிதான் முடிவுக்கு வரும். அவர்கள் என்னஅது, அதைக் கைப்பற்றிவிட்டார்கள். இனி நீண்டநாள் ஆகாது. ரஷ்யர்கள் அவர்களது குளிர்கால எதிர்த் தாக்குதலைத் தொடங்கிவிட்டார்கள், இனி நீண்டநாள் ஆகாது, பின்லாந்துக்காரர்கள் இதை, துருக்கியர்கள் அதை, இனி நீண்டநாள் ஆகாது. நாங்களெல்லாம் சீக்கிரம் செத்துப்போவாம், நிச்சயமாக, உண்மையாக, இனி நீண்டநாள் ஆகாது. எல்லாம், அங்கே அப்போதே முடிந்துபோகும்.

எரிபொருள் கொள்கலன்

ஒருநாள் மாலைவேளை சோம்பேறிகள் மூலையில் நின்று நாங்களெல்லாம் சளப்பிக் கொண்டேயிருந்து யுத்தத்தின் எல்லாப் பிரச்சினை களையும் மொத்தமாகத் தீர்வுக்குக் கொண்டு வந்து, இரண்டாவது போர் முனையை ஏற்படுத்தி, கடுங்குளிரினால் ரஷ்யாவில் ஜெர்மானியர்களை மொத்தமாக ஒழித்துக்கட்டி முடித்தபோது, ரசாயன நூலிழைத் தொழிற்சாலையைச் சார்ந்த மோன், 'ஒரு ஜெர்மானியனுக்கு உதவிசெய்ய ஒரு விரலைத் நான் அசைப்பதைவிடச் செத்து விழுந்துவிடுவேன்' என்று சொன்னான். அதற்கு காசநோய்க்காரனான எமில் முரண்பட்டு, 'அந்த ஜெர்மானிய இளைஞர்களுக்கு தேர்ந்தெடுத்துக் கொள்ளும் வாய்ப்பே இல்லை, இதை நீ எப்படிப் பார்த்தாலும் சரி, அவர்கள் எந்த விஷயங்களையும் நாம் பார்ப்பதுபோல் பார்க்கவில்லை. மேலும் நாம் அரசருக்காக, அவர்கள் ஹிட்லருக்காக' என்றான். உடனே இன்னொருவன் இடையில் புகுந்து 'நாம் அரசருக்காகவும் இல்லை வேறு யாருக்காகவும் இல்லை, நாம் நமக்காகத்தான் இருக்கிறோம்; நம்மை நிம்மதியாக இருக்க விடுவதைத் தவிர வேறு எதையும் நாம் விரும்பவில்லை' என்றான்.

ஆக, அந்த மாலையில் அங்கே உட்கார்ந்து கொண்டு கவியும் இருட்டைப் பார்த்துக்கொண் டிருந்தேன், ஒவ்வொரு தடவையும் இடிந்துபோன வீடுகளுக்கு அப்பால் சூரியன் இறங்கும்போதும்

எனக்குள்ளே நான் சொல்லிக்கொள்வது, இன்னும் எவ்வளவு காலம், எவ்வளவு காலம்தான் இந்த யுத்தம் நீடிக்கப்போகிறது, என்னை இந்த உலகத்தில் விட்டது ஒரு யுத்தத்துக்குப் பிறகு இன்னொரு யுத்தத்தைப் பார்க்கத்தானா, முதல் யுத்தம் ஏறக்குறைய முடியும் தருவாயில், நான் நண்பகல் உணவு சாப்பிட மனமில்லாமல் இருந்தால், எனது தந்தை ஏற்கெனவே சொல்லுவார், 'மறுபடியும் நீ சீக்கிரமாகவே யுத்தத்துக்கு போக வேண்டியிருக்கும்' என்று. அப்புறம் நான் ராணுவ வீரனானேன். அதன்பின் அவர்கள் ஸ்பெயினில் சண்டையைத் தொடங்கிவிட்டார்கள், சே, இந்தக் கிறுக்குத்தனத்திலிருந்து இந்த உலகம் மீளாது போலிருக்கிறது. எனக்கு உறுதியாகத் தெரியவில்லை. இது எளிய சாமானிய மக்களின் குற்றமா, சர்வதேச நிதியமைப்பின் குற்றமா, அளவுக்கு அதிகமான மக்கள் இருப்பதாலா, சும்மா இந்த பூமியே அப்படித் தன்னளவில் நோய் பீடித்து இருப்பதாலா ஒரு தன்னிலை மறந்த தன்மையாக நான் எனக்குள்ளே எண்ணங்களை அசைபோட்டுக் கொண்டு இருந்ததில் எமில் ஏதோ என்னிடம் கேட்டதற்குப் பதில் சொல்ல மறந்து போனேன். அப்போது அவை வருவதை நான் கவனிக்காமல் இருக்கும்போது விமானங்கள் அங்கே வந்தன. அவர்கள் ஜெர்மானியர்கள். எங்கே இருக்கிறீர்களோ அங்கேயே இருங்கள். நிச்சயமாக. ஆனால் அந்த ஒன்று ஜெர்மானிய விமானமா? இயேசு சாட்சியாக அது இங்கிலாந்து விமானம், அவர்கள் விரைவுப் பாய்ச்சல் சண்டையிட்டுக் கொண்டிருந் தார்கள், விடாதே பிடி. ஒரு நிமிடத்துக்கு முன்பு சோம்பேறிகள் மூலையில் வெட்டிப் பொழுது கழித்துக்கொண்டிருந்தோம். ஆனால் இப்போது யுத்தத்திற்கு மத்தியில் நாங்கள், நாடக அரங்கில் காட்சி ஒன்றில் ஒரு அறைக்குள் இருப்போம், அடுத்து வரும் காட்சி இரண்டு நீங்கள் அசையாமலேயே உங்களைக் காட்டுக்குள் கொண்டுவிட்டதுபோல் இருப்போமே அதுபோல். எங்கேயோ ஒரு பெண் அழத் தொடங்கினாள். அவள் தாக்குதலில் காயம்பட்டதால் அல்ல, அவளுக்கு மறை கழன்று விட்டது. செத்துப்போவதை நினைத்துப் பயந்திருப்பாள். மீதி எல்லாரும் எழுந்துநின்று பார்த்துக்கொண்டிருந்தோம். எந்த அற்ப விஷயமானாலும் அதில் கறாராக இருப்பவனும் பதுக்கல் பேர்வழியுமான படாக்கர் நிற்பது பாதி காலை மடக்கி யிருப்பது பாதி என்று மரக் கட்டைகளாலான மறைவிடத்துக்கு ஓடிவிடத் தயார்நிலையில் இருந்தான், 'ஏதாவது நிகழ்ந்து விட்டால்'. அப்போது ஏதோ ஒன்று மேலிருந்து கீழே விழுந்து கொண்டிருந்தது, பாருங்கள், பாருங்கள், ஒரு விமானம் விழுந்துகொண்டிருக்கிறது. இன்னும் கீழே அது வந்தது, மேலும் தெளிவாக நாங்கள் பார்க்கையில் அது நிஜமாகவே ஒரு

குண்டுதான் என்று தெரியவந்தது, அது ஒரு குண்டு அது ஒரு குண்டு. உடனே எல்லாரும் ஓடினோம், எங்கு ஓடுகிறோம் என்று ஒருவருக்கும் தெரியாது, அவரவர் அவசரத்தில் மக்கள் குழந்தைகளை அள்ளி வாரிக்கொண்டார்கள். அப்புறம் அவர்களைக் கீழே போட்டார்கள், ஏனெனில் அது அவர்கள் குழந்தை இல்லை. மேலும் எல்லாப் பெண்களும் அழுதார்கள், எல்லாக் குழந்தைகளும் அழுதார்கள், திடீரென்று சோம்பேறிகள் மூலை சுத்தமாக ஆள் அரவமற்றுப் போயிற்று. மேலும் இந்தக் களேபரத்திற்கிடையில் அது ஒரு குண்டாக இருந்திருந்தால் . . . ஆனால், ஓ, அதைச் சொல்வது வார்த்தைகளுக்கு அப்பாற்பட்ட முட்டாள்தனம், ஆனாலும் அது சுழன்றுகொண்டே கீழே வந்தது. அது சும்மா ஒரு எரிபொருள் கொள்கலன். ஹா ஹா, எப்படி எல்லாரும் சிரித்தார்கள் தொடைகளில் தட்டிக்கொண்டார்கள் கண்களிலிருந்து நீரைத் துடைத்துக்கொண்டார்கள். ‘இப்போது அவர்கள் நம்மை எரிபொருள் கொள்கலனை வைத்துத் தாக்குகிறார்கள்.’ என்ன ஒரு அலறல். இப்போது ஸ்டப் ஸ்பீயிஸ், கைகளில் ஒரு கசாப்புக்காரன் தாள்களோடு தோன்றி உரக்கக் கத்தினான், ‘மாட்டிறைச்சித் துண்டுகளைப் போடுவதாக அவர்கள் சொல்கிறார்கள், ஆனால் எந்த இறைச்சியையும் கண்டுபிடிக்க முடியவில்லை.’

*மேலும் அதோ, காது சரியாகக் கேட்காத ஜான் ஸ்மித் அங்கே நின்று எல்லாக் குண்டுகளையும் சபித்துக்கொண்டிருக்கிறான், **‘குண்டுகள், குண்டுகள், குண்டுகள்** அவர்கள் என்னைத் தூள் தூளாக வெடித்துச் சிதறடிக்கட்டும். ஆனால் அதை அவர்கள் சீக்கிரமே செய்து முடிக்கட்டும்.’ ஆனாலும் அவன் சாலையைக் கடந்துபோகையில் சரியாக ராணுவ வண்டிக்கு முன்னால் போய் ஒரு ஜெர்மானிய ராணுவக்காரனால் மூஞ்சியில் குத்தப்பட்டு அங்கேயே பயத்தில் உறைந்து பாதி செத்தவனாக கூழாங்கற்களுக்கிடையில் ஊர்ந்து, நுழைவதற்கு ஏதாவது துளை தெரிகிறதா என்று பார்த்துக்கொண்டிருக்கிறான்.*

மேலும் வரவையும் செலவையும் சரிக்கட்ட முடியாததால் கருஞ் சட்டைகளுடன் சேர்ந்துவிட்ட பியட் அங்கே இருக்கிறான் (ஜெர்மானியர்களிடம் இருந்து நல்ல தொகை சம்பாதிக்கும் எவரும் அவனிடம் பேசுவதில்லை) ஆனால் அவன் பிரஸ்ஸல்சுக்கு எப்போது போனாலும் காத்திருக்கும் அபாயத்தின் காரணமாக போகாமலே இருக்கிறான், ஏனெனில் எல்லாக் கருஞ்சட்டைக்காரர்களும் கிழக்கு யுத்த முனைக்கு அனுப்பப்படுவதாக அவன் கேள்விப்பட்டிருந்தான், எனவே

அவன் சீருடையோடு வெண்ணெய்க் கடத்தல் செய்கிறான் அதிலேயே ஒரு பயனும் இல்லை, எப்படியும் அவன் மனைவி அவளுடைய காதலர்களுக்காகப் பணத்தைக் காலிபண்ணிவிடுவாள், அவளுடைய குழந்தைகள் சிரங்கோடும் பேன்களோடும் வற்றிய குண்டிகளை மூட ஒரு சட்டைக்கூட இல்லாமல் தெருவில் உறங்கிக்கொண்டிருப்பார்கள்.

மேலும் லூ இருக்கிறான் – வேலை செய்யுமிடத்திலிருந்து காலணிகளைத் திருடி, ரயில்வேயிலிருந்து நிலக்கரியைத் திருடி இவனுக்கு விற்கும் ஒருவனுக்கு அவற்றை விற்பவன் – ஆனால் எப்போதெல்லாம் அவர்கள் விற்கும் பொருள்களில் லேசான தரக்குறைவு இருந்தாலும் ஈரல்குலை அற்றுப்போகும்படி கத்திக்கொள்வார்கள்: **நாசமாப் போற திருட்டுத் தேவிடியா மவனே!**

இரண்டு குருடர்கள்

அடைக்கப்பட்டுக் குளிரால் இறுகிப் போயிருந்த எனது தோட்டக் கதவுக்கும் ஓட்டம் முடித்து புகைவண்டிகளைச் சேர்த்து நிறுத்தி வைக்கும் வெளிக்கும் இடையில், கம்பித் தடுப்புகளின் மேலாக இன்னும் வெளியே சாய்ந்து பார்த்துக் கொண்டிருக்கும் பணியாட்களோடு பயணம் முடித்த நங்கூரமிட்ட படகுகள் மிதக்கும் நீர்வெளிக்கு ஊடாக, எப்போதும் நாற்றமடித்துக் கொண்டிருக்கும் – யுத்தமோ இல்லையோ – எப்படித்தான் அங்கு தயாரிக்கப்படும் போர்வை களோ குளுக்கோசோ வெளியேறி அவ்வளவு தூரத்தைக் கடந்து சரியான வாசத்தோடு நேரே மருத்துவ மனையின் முன்வாசலுக்கு வந்து சேர்கின்ற னவோ – தொழிற்சாலையின் பின்பக்கமாக எல்லாம் உறைந்தும் அசைவற்றும் இருக்கின்றன, காரணம் இது ஸ்டாலின்கிராட் குளிர்காலம்.

குளிரால் இறுகி அடைக்கப்பட்டிருக்கும் மருத்துவமனையின் கதவுக்கு வெளியே, கால்களை மாற்றிமாற்றிப் போட்டுக்கொண்டும் கைகளால் காதுகளை அழுத்திப் பிடித்துக்கொண்டும் மக்கள் நின்றுகொண்டிருக்கிறார்கள், ரொம்பக் குளிராக இருக்கிறது என்று சொல்வது அர்த்தமற்றது, ஏனெனில் எல்லாருக்கும் தெரியும் ரொம்பக் குளிராக இருக்கிறதென்று, சரிதான், ஆனால் ஒரு ஆள் இன்னொருவரிடம் சொல்வதற்கு வேறு என்ன இருக்கிறது? அங்கே காத்திருக்கும் ஆட்களுக்கு இடையே இருக்கிறார்கள் இரண்டு குருடர்கள்.

அவர்களின் தொப்பிகளுள் ஒன்றின் கூர்உச்சி, இடக்கைப் பழக்கமுடையவனது, சாய்ந்திருக்கிறது, இதேபோல் இடதுபுற மாக; அடுத்தவனுடைய தொப்பியின் கூர்உச்சி, வலக்கைப் பழக்கமுடையவனுடையது, அதுவும் சாய்ந்திருக்கிறது. இதே போல் வலதுபுறமாக – இருவரும் அவர்களுடைய தொப்பிகளை முதலில் சரியாக வைத்துவிட்டு அப்புறம் கச்சிதமாக வர வேண்டும் என்பதற்காக மேலும் ஒரு கோணலான இழுப்பு இழுத்துவிட்டிருப்பார்கள் போலும். வலப்பக்க குருடனின் மேல் கோட் திறந்து தொங்கிக்கொண்டிருந்தது. அது நீண்டநாட்களாக சட்டைக் கொக்கியில் தொங்கிக்கொண்டிருந்தால் அவன் கழுத்துக்குப் பின்புறம் குவிந்து ஒரு புள்ளியாகிக் கூர்ந்து நின்றது – ஏனெனில் இயல்பாகவே ஒரு குருடன் ஒரு தடவைக்கு இரண்டு தடவை யோசித்துத்தானே வெளியே வருவான். இந்த ஸ்டாலின்கிராட் குளிர்காலத்தில், எனவே அவன் கட்டிச் சட்டையைக் கொக்கிச் சட்டத்திலேயே அதிகம் நாள் விட்டிருப்பான். இடது பக்கமிருக்கும் குருடனுக்கு கட்கோட் இல்லை. அவனுடைய குட்டையான மேல்சட்டை திறந்து தொங்கிக்கொண்டு அதுவும் கழுத்துக்குப் பின்னே குவிந்து கூர்புள்ளியாக இருந்தது, அதனுடைய கடைசி பொத்தான் கடைசிக்கு முந்தைய பொத்தான் துளையில் மாட்டப் பட்டிருந்தது. மேலும் ஒரு பெண்ணிடம், அவள் கருப்புத் தலைத்துணிக்குள்ளிருந்து வெறும் சிவப்பு மூக்கை மட்டுமே வெளியே காட்டியவாறு இருந்தவள், இவர்களுக்கு ஒரு காதை ஒதுக்கிக் கேட்டுக்கொண்டு இன்னொரு காதை மருத்துவமனை வாசலைநோக்கி – அது இன்னும் இளகாமலே இருந்தது – நீட்டி வைத்துக்கொண்டிருந்தவள், யுத்தத்தைப் பற்றியும் வோல்காவைப் பற்றியும் சிவப்பு அக்டோபர் தொழிற்சாலை பற்றியும் சொல்லிக்கொண்டிருந்தார்கள். அந்தப் பெண் இவர்களிடம் யுத்தம் சீக்கிரம் முடிந்துவிடுமா, மேலும் ஏதாவது நிலக்கரி வருமா, பால் நிலைமை எப்படி என்று கேட்கிறாள் (எல்லாருக்கும் தெரிகிறது குருடர்களைத் தவிர அவள் கேட்கிற, அந்த 'சீக்கிரம்' என்னவென்று: அவனது சின்னப் பெண் குழந்தை குணமாகிவிடுவதற்கு முன்பாக என்பது, அந்தப் பெண் குழந்தை மூன்றாவது நோயாளிகள் பிரிவில் தொண்டைக் காசநோயோடு இருக்கிறாள்). ஆனால் யுத்தம் இன்னும் நீண்ட காலம் நடக்கப் போகிறது, இதன் காரணமாக அதன் காரணமாக. வலது பக்கமிருந்து குருடன் ஏதோ கணக்குப் பார்த்துவிட்டு அவனது வலது கையின் ஐந்து விரல்களை உயர்த்திக் காட்டுகிறான், அவனது இன்னொரு கையில் ஆறாவது நீண்ட விரல் போல் தரையை நோக்கியிருக்கும் அவனுடைய வெள்ளை நிற ஊன்றுகோலை இன்னும் பிடித்துக்கொண்டிருக்கிறான்.

அப்போது மருத்துவமனையின் முன்கதவு சரியாக இரண்டு மணிக்கு ஒருவழியாக இளகி விலகியது. கடந்து செல்லும் ஆட்களின் கால் சரசரப்பையும் மேலும் உள்கூடப் பரப்பிலிருந்து வந்த வெதுவெதுப்பையும் வைத்து, இடதுபக்க குருடன், ஆட்கள் உள்ளே போகிறார்கள் என்பதை உணர்கிறான். முதலில் சிவப்பு மூக்குப் பெண் மூன்றாவது நோயாளிகள் பிரிவுக்கு விரைகிறாள், அப்புறம் மற்றவர்கள் வேறு நோய்ப் பிரிவுகளுக்கு விரைகிறார்கள், ஆண்களுக்கானவை ஒருபுறம் பெண்களுக்கானவை மறுபுறம். போகலாம் என்று அமைதியாக இருந்த குருடன் சொல்கிறான் எப்போதோ போய்விட்டிருந்த பெண்ணிடம், மேலும் கதைகளைச் சொல்லிக்கொண்டே இருக்க, ஒருவேளை இன்னும் என்னென்னவற்றையெல்லாம் அனுபவிக்க இருக்கிறோமோ என்று சொல்லத்தொடங்கி னானோ என்னவோ, குருடனின் சட்டைக் கையை மெலிதாக இழுத்தவாறு. அவர்கள் தங்கள் ஊன்றுகோல்களை முன்னுக்கு நீட்டியபடி தலையைப் பின்னுக்கு நிமிர்த்தி, கால்களைத் தூக்கி உள்ளே போகின்றனர். அவர்களுக்கு நேர் பின்னால் இருந்த நான் வாசல் காவலாளி சொல்வதைக் கேட்கிறேன். கடைசியாக உள்ளே போகிறவர்கள் கதவைச் சாத்த வேண்டும், உடனே குருடர்களில் ஒருவன் திரும்பி எனது முகத்தில் முட்டும்படி கதவைச் சாத்தினான். ஆக நான் அங்கே, வெளியே, மருத்துவ மனையின் கதவுக்கும் – மறுபடியும் இறுக்கிச் சாத்தப்பட்டது – நாற்றமடிக்கும் தொழிற்கூடங்களுக்கும் நீர்வெளிக்கும் எனது பின்பக்க தோட்டக்கதவுக்கும் இடையே ஸ்டாலின்கிராட் குளிர்காலத்தில்.

மேலும் அந்த யூதக் குழந்தைகள் ஒரு காரணமும் இல்லாமல், பள்ளியிலிருந்து திரும்பும் வழியில் பிடிபட்டு பெரிய வண்டி ஒன்றின் உள்ளே தள்ளி அடைக்கப்பட்டு, ரயில் நிலையத்துக்குக் கொண்டு செல்லப்பட்டு அங்கு கால்நடைப் புகைவண்டிகளில் ஏற்றப்பட்டு, அந்தப் புகைவண்டிகள் எங்கேதான் போகின்றன?

மேலும் யாரோ சொல்கிறார்கள், அங்கு வண்டிவண்டியாக யூதர்கள் நச்சுவாயுவால் கொல்லப்படுகிறார்கள் என்று, ஆனால் என் மனசாட்சியை அமைதிப்படுத்துவதற்கு அதை நம்புவதற்கு என்னை அனுமதிப்பதில்லையென்று இருக்கிறேன். ஏனெனில், யுத்தத்தைப் பற்றி ஒரு புத்தகம் எழுதுவதாக இருந்தால் அப்படிப்பட்ட ஒரு புகைவண்டியை விவரிப்பதற்கான நெஞ்சுரம் யாருக்கு இருக்கிறது?

ஒருவேளை ஒரு திரைப்படத்தைக் கற்பனை செய்யுங்கள், நீங்கள் கிளம்பிச் செல்லும் ஒரு புகைவண்டியைப் பார்க்கிறீர்கள், ஆனால் தண்டவாளங்களின் ஓரத்தில் எரிந்துவிழுந்த நிலக்கரிக்கும் மஞ்சள் நிறப் பெரிய துடைப்பங்களுக்கும் இடையில் திறந்த நிலையில் பள்ளிப்பை ஒன்று கிடக்கிறது, ஒரு பேனாச் செருகு மூடியும் ஒரு அழிப்பானும் பள்ளிப்பைக்கு வெளியே கீழே விழுந்து கிடக்கின்றன.

மேலும் தண்டவாளங்களைப் பற்றிப் பேசும்போது, வானொலியில் அவர்கள் சொன்னார்கள் நாம் அவற்றைத் தவிர்க்க வேண்டும் என்று, ஆனால் பெல்ஜியத்தில் அவற்றை எப்படி தவிர்ப்பது? முயன்று பாருங்கள், வெளியே போய் முதன்மைச் சாலையில் இடது பக்கமாகவோ, வலது பக்கமாகவோ நடந்து பாருங்கள், வயல்வெளிக்குப் போங்கள், பழுதுக்கூடத்துக்கு நேர் உங்கள் பின்புறத்தைத் திருப்புங்கள், பிறகு ஆளில்லாத தண்டவாளச் சாலை குறுக்குவெட்டுகளை கணக்கெடுத்துப் பாருங்கள். ஹா....

மேலும் விமானங்களைப் பற்றிய பயம் எதுவும் இல்லாத ஆட்கள் இருக்கிறார்கள். ஆனால் விமானத் தாக்குதல் எச்சரிக்கை ஒலி பற்றிய பயம் அவர்களுக்கு உண்டு, ஆனால் எல்லாம் சரியாகி விட்டது என்று பத்துக்கு ஒன்பது தடவையாவது விமானங்கள் திரும்பிப் போவதற்கு முன்பே சங்கொலித்துவிட்டால், என்னவோ அந்த சங்கொலிப்பான்கள்தான் குண்டுகள் வீசுபவை என்ற நினைப்பில் எல்லாரும் உறங்கப்போய்விடுவார்கள்.

மேலும் அதோ அங்கு அந்தப் புகைவண்டி புறப்படத் தயாராக உள்ளது. அங்கு எப்போதாவது நீங்கள் போயிருக்கிறீர் களா என்பது எனக்குத் தெரியாது. ஆனால் நீங்கள் பக்கத்தி லுள்ளவர்தான் என்றால், அங்கு போங்கள், ஆம், புறப்படத் தயாராக உள்ளது, திடீரென்று விமானங்கள் அங்கே வந்துவிட்டன, யாரும் அங்கேயிருந்து ஓடி அகன்றுவிட முடியாது. மேலும் மொத்தப் புகைவண்டியும் அதன் உள்ளே இருந்த எல்லாமும் சுவரில் மோதித் தெறித்தது. அதனால் மவுரிஸ் சொன்னான், 'அவை எல்லாவற்றையும் கரண்டிகளை வைத்துச் சுரண்டித்தான் எடுக்க வேண்டும்.'

மேலும் அங்கே ஒருவன் உங்களிடம் வந்து கோபத்துடன் சொல்கிறான், 'அது பொய். செத்தது **பத்துபேர் மட்டுமே.**'

மேலும் ஏழைக் குழந்தைகளுக்காக பிஸ்கட், பால் தருவித்து அதைக் கடும் லாபத்துக்கு விற்பனை செய்யும் – அது எல்லை மீறிப் போய்க்கொண்டிருக்கிறது, கற்பனைசெய்து பாருங்கள்,

எனது சிறு யுத்தம்

எந்த அளவுக்கென்றால் அவருடைய நலம்விரும்பிகள்கூடச் சொல்கிறார்கள் அவர் அதைச் செய்திருக்கக் கூடாது என்று - குழந்தைகள் நலவாழ்வு அமைப்பின் தலைவர், அவரை அதிலிருந்து மாற்றுவதற்கு ஒரு ஜெர்மானிய செய்திப் பத்திரிகை யின் தலைமை ஆசிரியராக நியமித்தார்கள். அதில் அவர் தொடர்ச்சியாகத் தரங்கெட்ட கடத்தல் பேர்வழிகளைப் பற்றி எழுதினார். தலைப்பு, 'என்ன ஆயிற்று கிறிஸ்தவ அருள் இரக்கம்?'

அந்தக் குழந்தைகள் நலவாழ்வு ஆள் ஜெர்மானிய ஆதரவாளன், ஆனால் இந்த ஹார்ஸ்லெக் இருக்கிறானே – ஒவ்வொரு இரவும் ஒரு பெண்கள் பட்டாளத்தோடு இருப்பவன், (என்னுடைய ஞாபகம் என்னை ஏமாற்றவில்லை என்றால், இதைப் பற்றி நான் ஏற்கெனவே எழுதியிருக்கிறேன். ஆனால் ஒரு மனிதன் எவ்வளவோ எழுதும்போது எல்லாவற்றையும் நினைவில் வைத்துக்கொள்வது கடினம். அதுபோக சில விஷயங்களை இரண்டு தடவை சொல்வதும் சரிதான். ஏனெனில் நிறைய விஷயங்களை ஒவ்வொரு தடவை சொல்லும்போதும் அரைகுறையாகத்தான் சொல்ல முடிகிறது) – அவன் பெல்ஜிய ஆதரவாளன். ஆக யார்மீது நீங்கள் பரிதாபப்படுவது? கடைசியில், நான் நினைக்கிறேன் என் மனைவி சொல்வதுபோல், 'இந்த வீடு மட்டும்தான் உங்களுக்கு இருக்கும் உண்மையான தந்தையர் நாடு.'

மேலும் இப்போது இரண்டு வகையான மக்கள் இருக்கிறார்கள், தங்களுடைய தோட்டங்களுக்கு நடுவில் விமானத் தாக்குதல் பதுங்குகுழிகளைத் தோண்டிக் கொள்பவர்கள் மற்றும் இவற்றைப் பார்த்துக்கொண்டு நமட்டுச் சிரிப்பு சிரிப்பவர்கள். ஆனால் தோண்டுபவர்களை மேலும் இரண்டு பிரிவாகப் பிரிக்கலாம். தங்களுடைய பதுங்குமிடங்களில் அபாயச் சங்கொலி முழங்கும்போது பதுங்கிக்கொள்பவர்கள், அதைப் பார்த்துக் கொண்டு நமட்டுச் சிரிப்பு சிரிப்பவர்கள்.

மேலும் நீங்கள் இந்தப் பதுங்கிடங்களைப் பற்றி எத்தனையோ பேச்சுக்களைக் கேட்கிறீர்கள். ஒரு பதுங்குகுழியை ஒன்றும் செய்யமுடியாது, மலம் நிறைந்த நிலவறைக்குள் சிக்கிக் கொண்டவர்களை நான் பார்த்திருக்கிறேன். தங்களுடைய நிலவறைக்குள் முழுகிப்போன மற்றவர்களைப் பற்றிக் கேள்விப் பட்டிருக்கிறேன். வாயுக்குழாய் கசிவினால் நிலவறைக்குள் மூச்சுத்திணறிப் போனவர்களும் இருக்கிறார்கள், நான் ஒரு நிலவறைக்குள் இருப்பதை *விரும்பவேமாட்டேன்*, ஒவ்வொரு தடவையும் எனக்கு ஒரு பதுங்கிடத்தைத் தாருங்கள்.

மேலும் இரவின் நிசப்தத்தில் அல்லது காலை வேளையின் அமைதியில் அல்லது பிற்பகலில் ஒரு பெண் உரக்கக் கத்துகிறாள். **'அவற்றைக் கேட்க முடிகிறதா?'**

மேலும் ஜெர்மானியர்கள் உங்களைக் கொள்ளையடிக்கிறார்கள், அப்புறம் கருஞ் சேனையினர், அப்புறம் பெல்ஜியர்கள் அப்புறம் . . . நீங்களே யாரிடமாவது கொள்ளையடிக்கும் நிர்ப்பந்தம் ஏற்படுகிறது – மனதில் வெட்கத்தோடு.

நீங்கள் ஒல்லியான கால்களுக்கும் மேல்தொடைகளுக்கும் நடுவே வீங்கிய கால்முட்டிகளோடு நடந்துபோகும் வீட்டு வசதிக் குடியிருப்பு வரிசைகளைச் சார்ந்த சிறுவர்களை பார்க்க வேண்டும். அவர்கள் ஏற்கெனவே நரம்புத் தளர்வுடன் இருக்கிறார்கள் – பன்னிரண்டு, பதிமூன்று வயதுக் குழந்தைகள், அவர்களுக்குக் காசநோய் இருக்கிறது அல்லது கண்பார்வைக் குறைவு இருக்கிறது அல்லது வயிற்றுவலி – இதனால் எப்போதும் உடம்பை வளைத்துக்கொள்கிறார்கள். ஒவ்வொரு இரவும் ஏதோ ஒரு சிறுவன் படுக்கையில் சிறுநீர் கழிக்காத எந்த வீட்டுக்கும் நீங்கள் போயிருக்க முடியாது.

மேலும் அந்த மாதிரியான ஒரு வீட்டில், வறுமை காரணமாக ஜெர்மனிக்குப் போய் வேலை செய்யும்படி ஆன ஒருவனின் வீட்டில் – அவன் **ஜெர்மனியில் எல்லாம் நன்றாக இருக்கிறது** *என்று சொல்பவன் – பெண்கள், பட்டாலான நீளக்காலுறைகள் அணிந்துகொள்கிறார்கள், தின்பதற்கு சாக்லேட் இருக்கிறது. மேலும் மருத்துவக் காப்பீடு இருக்கிறது. அப்படிப்பட்டவர்களின் தலைகளை வெட்டிவிட வேண்டும். அப்புறம் அவர்களிடம் நீங்கள் சொல்லாம் – நன்றாகப் பாருங்கள், இதுதான் ஒரு கழுதையின் தலை.*

டெர்வியுரெனைச் சேர்ந்த ஜீன்

நாங்கள் அது இது என்று பலவாறு பேசிக் கொண்டிருந்தோம். அப்போது ஒருவன் போருக்கு ஆள்திரட்டிக்கொண்டிருந்த பழைய நாட்களைப் பற்றித் தொடங்கினான், தொடக்கத்திலேயே எப்படி நீளக் காலணிகளை ஏற்றிவந்த ஒரு ஜெர்மானியக் கப்பல் மூழ்கடிக்கப்பட்டது என்பது உங்கள் நினைவுக்கு வருகிறது. மேலும் அதன் விளைவாக எப்படியும் இங்கு போர் வந்துவிடும் என்று நீங்கள் சொன்னதும், டெர்வியுரெனைச் சேர்ந்த ஜீன் நிலைகுலையச் சிரித்தான் என்பதும் நினைவுக்கு வரும். ஜெர்மனியால் யுத்தம் நடத்த முடியாது, அவர்களுக்குக் காலணிகள் இல்லை, நீங்கள் செய்ய வேண்டியதெல்லாம் எல்லைப் பகுதியில் ஆணிகளைத் தெளித்துவிட்டால் போதும் என்பது தான். ஏனெனில் அந்த நாட்களில் நிறைய விஷயங் களுக்காக நீங்கள் சிரித்துகொண்டது உங்கள் நினைவுக்கு வரும். இப்போது அவற்றைத் திரும்பிப் பார்க்கையில் அவை சிரிக்கிற விஷயங்களாக இல்லை. உதாரணமாக, எல்லை நெடுகிலும் பள்ளங்கள் தோண்டாமல் விடப்பட்டிருந்தது. ஏனெனில் குடியானவர்கள் தங்கள் வண்டிகளுடன் அந்த இடங்களைத் தாண்டிச் செல்ல வேண்டு மென்பதற்காக.

மேலும் அந்த ஜீன் இருக்கிறானே ... 1914 யுத்தம் வெடித்து அவன் தந்தை இறந்தபோது அவன் சிறுவனாகவே இருந்தான். எனவே அவனுக்குத் தந்தையைத் தெரியாது. இப்போது

தன்னுடைய குழந்தையை எதிர்பார்த்துக்கொண்டிருந்தபோது ஜீன் போருக்குப் போனான் ... இல்லை, எந்தக் கற்பனைச் சரடையும் உருவாக்கத் தேவையே இல்லை, உண்மையே ரசமாக இருக்கிறது. மேலும் உண்மை என்ன வென்றால் டெர்வியுரெனைச் சேர்ந்த ஜீனுக்கு என்ன நேர்ந்தது என்று யாருக்கும் தெரியாது. கற்றுக்குட்டி பெல்ஜிய வீரர்களான எங்கள்மேல் புயல் அடித்துச் சென்றபோது நாங்கள் அவரவர் கைகளையும் கால்களையும் தடவிப் பார்த்துக்கொண்டோம். அதன் பிறகு நேரம் கழித்துத்தான் அவ்வவற்றிற்கு என்னவாயிற்று என்று யோசிக்கும் நிலைக்கு வந்தோம். பிறகு யாரும் ஜீனைப் பார்க்கவில்லை. ஆல்பர்ட் கால்வாய் ஓரத்திலும் சரி, போர்க் கைதிகள் முகாமிலும் சரி – எனவே ஒருவேளை அவனுடைய துப்பாக்கியைக் கையில் பிடித்திருந்த நிலையிலேயே அவன் நிலத்துக்குள் அழுத்தப்பட்டிருக்கலாம், உங்களைப் போலவோ என்னைப் போலவோ அவனும் வீடு போய்ச் சேர்ந்திருக்கலாம், ஆனாலும் ஏன் நீங்களும் நானும் மட்டும், மற்றவர்களுக்கு அந்த மாதிரி ஏன் நடக்கவில்லை? அது மட்டுமல்லாமல் அவன் டெர்வியுரெனைப் பற்றி ஏராளமாகச் சொன்னது உங்களுக்கு நினைவுக்கு வருகிறது. மாட்சிமைமிக்க மன்னர் அங்கு கோல்ஃப் விளையாடியபோது, இருபது தடவையாவது மன்னரது கோல்ஃப் மட்டைகளை தூக்கிச்செல்ல அவன் அனுமதிக்கப்பட்டது பற்றி – ஆனால் போருக்கு முன்பு ஒரு முறைதான் அவன் மர அலமாரி செய்பவனாக இருந்திருக்கிறான். மேலும் நீங்கள் ஒவ்வொருவரையும் பற்றிப் பக்கம்பக்கமாக குறிப்புகள் எழுதித் தள்ளுவதைப் பார்த்துவிட்டு தானும் டெர்வியுரெனில் ஒரு உலகப் புகழ்பெற்ற ஓவியருக்காகக் கொஞ்சம் மரவேலைகளைச் செய்திருப்பதாகச் சொன்னது, மேலும்... அப்புறம் ஒரு தடவை நீங்கள் அந்த ஓவியர் யாரென்று கேட்டதற்கு, இருக்கிற யாவரையும் விட்டுவிட்டு அது எட்கார்டு டிக்காட் என அறியவந்தது. அப்புறம் நீங்கள் ஆச்சரியத்தோடு சொல்கிறீர்கள். 'எனக்குத் தெரியும், அவருக்கு நரைத்த நீள்முடியும், மூக்கின்மேல் நடுவில் ரோஜா நிறத்தில் ஒரு வளைவும் உண்டு, மேலும் எப்போதும் கையில் வண்ணக் கலவைத் தட்டோடு குதிரைகளால் இயக்கப்படும் நீராலையைப் பார்த்துக் கொண்டிருப்பதற்காகப் போவார்.'

ஆனால் ஜீனைப் பொறுத்தவரை ... நான் நினைக்கிறேன் ... எப்போதாவது ஒருநாள் நீங்கள் பார்க்க நேரிட்டால், டெர்வியுரெனில் அவன் எங்கு வசிக்கிறான் என்பதுபற்றி உங்களுக்கு எதுவும் தெரியாவிட்டாலும்கூட நீங்கள் அங்கே போய், சிறுவனாக இருந்தபோது இருபது தடவை, மன்னிக்கவும், ஒரு முறை கோல்ப் விளையாடும் மன்னரோடு கூடப்போன ஜீனைப்

பற்றிக் கேட்கலாம், அவன் அந்த ஊரைவிட்டுப் போயிருக்கலாம், அல்லது முன்னதாகவே இறந்து விட்டிருக்கலாம். இன்னொரு விஷயம், நீங்கள் அவனைத் தேடிச் செல்வீர்களா என்பது, ஆனால் அதை ஒருபோதும் செய்யமாட்டீர்கள். அதுதான் வாழ்க்கையில் உச்சக்கட்ட வருத்தமாகும், ஆம் உச்சக்கட்ட வருத்தமாகும் – அதாவது, எந்தப் போர் விமானமும் உங்களைச் சுற்றி இல்லாத நிலையில் ... சிவப்பு ஒளிப்பிழம்புகள் மேலே மிதந்துகொண்டிராத நிலையில், விமானத் தாக்குதல் அபாயச் சங்குகள் ஒலி எழுப்பாத நிலையில், மேலும் குண்டுகள் வீழுந்துகொண்டிராத நிலையில், நீங்கள், அங்கே இதயத்தை இறுக்கிப் பிடிக்கும் அழுத்தத்தோடு, நரம்புகள் கருகிக்கொண்டிருக்கும் உணர்வோடு கழிப்பறை காலியாகும் வரை காத்திருக்க நின்றுகொண்டிருக்கமாட்டீர்கள். ஆம், விமானங்கள் போய்விட்டிருந்தபோது உங்கள் வாழ்க்கையின் உச்சக்கட்ட வருத்தமாக இருப்பது என்னவென்றால் வாழ்வில் நீங்கள் அறிந்த எத்தனையோ மனிதர்களை நீங்கள் பார்க்கவோ, கேள்விப்படவோ போவதில்லை என்பதுதான்.

அப்புறம் எங்குமே ரொட்டி கிடைப்பதில்லை. ஆய்வாளர்கள் ரொட்டி செய்யுமிடங்களைச் சோதனையிடப் போனார்கள், ரொட்டி தயாரிப்பவன் பின்வழியாகக் கடத்தல் மாவோடு தப்பிவிட்டான், என்றாலும் நமக்கு ஆறுதலாக இருப்பது எதுவென்றால், நகரத்தின் மறுபுறத்திலும் எல்லாரும் ரொட்டி கிடைக்காமல் கண்ணீரோடு திரிகிறார்கள் என்பதுதான். அவர்களுக்கும் ரொட்டியில்லை, ரொட்டியில்லை, மட்டுமல்ல உருளைக் கிழங்கும் இல்லை – நாம் என்னவாகப் போகிறோம்? ஆய்வாளர்கள் போன பின்பு எல்லா ஜனங்களும் கடத்தலில் வந்த அறுபத்திநான்கு பிராங்க் விலையுள்ள ரொட்டிக்காக மறுபடியும் வரிசையில் நிற்கிறார்கள். ஏதோ கொஞ்சம் பணம் உங்கள் சட்டைப் பையில் இருக்கும்போது நீங்கள் வேறு என்னதான் செய்வீர்கள்?

மேலும் லீஜே, அவள் ஒரு சமூக ஜனநாயகக் கட்சிக்காரராக, ஆனால் பொதுவுடைமைப் பரிவுடையவராக இருப்பவரின் மகள், பெரிதாக எதுவும் – கலகம், எங்கும் புரட்சி என்று எதுவும் – நடப்பதற்கு முன்னால், யுத்தம் மூன்று நாட்களுக்கு மேல் நீடிக்க வாய்ப்பில்லை என்று நம்பினாள், ஆனால் இப்போது யுத்தம் நீடிப்பது நான்கு வருடங்களாக, நான்கு நாட்கள் இல்லை. மேலும் இதுவரை முடிவுக்கு வரும் அறிகுறியுமில்லை.

மேலும் பெண்கள் கூட்டமாகக் குழுமிப் பேசிக் கொள்கிறார்கள் "இப்போது நாம் என்ன செய்யப் போகிறோம்?" ஒருவரை ஒருவர் பார்த்துக்கொண்டு – அப்புறம் அவர்கள் கறுப்புக்கொடிக்குப் பின்னால் அணிவகுத்துச் செல்லப் போவதாகச் சொல்கிறார்கள். ஆம் அப்படித்தான் சொல்கிறார்கள்.

மேலும் யாரோ இரண்டு கேக் செய்திருக்கிறார்கள். அதற்கு எவ்வளவு செலவாகி இருக்கும் என்று உங்களால் ஊகிக்க முடியுமா? 700 பிராங்குகள்.

ப்ளோரின் வாழ்க்கை

ப்ளோர் எனக்குப் பக்கத்தில் உட்காருகிறான், ஒரு சிகரெட்டைப் பற்ற வைக்கிறான், பிறகு அவன் கதையைச் சொல்கிறான் ...

'சென்ற போரின்போது பிரான்சுக்குத் தப்பிச் சென்றேன், அப்பா ராணுவத்தில், அம்மா பிரான்சுக்கு ஓடிப்போனபோது செத்துப்போனவள், கையில் ஒரு தாளோடு அதில் லண்டனிலுள்ள அவளது ஒன்றுவிட்ட சகோதரன் ஒருவனுடைய விலாசத்தை எனக்காகவும் எனது சகோதரனுக்காகவும் – அவன் என்னைவிட இரண்டு வயது பெரியவன் – எழுதியிருந்தாள். அந்தக் குழப்பத்தில் எனது அண்ணனைத் தவறவிட்டேன். ஒரு படகில் இடம்பிடித்து லண்டன் வந்து சேர்ந்தேன், தாளைத் தேடும்போதுதான் அது அண்ணனிடம் இருந்தது நினைவுக்கு வந்தது. என் வயது பதினாறு. பூங்கா பெஞ்சில் தூங்கினேன், அங்கு ஒரு பெண்ணைச் சந்தித்தேன், அவளுக்கு ப்ளெமிஷ் மொழி புரியாது, எனக்கு ஆங்கிலம் தெரியாது. இந்தச் சந்திப்பு எப்படிப் போயிருக்கும் என்று கற்பனைசெய்து பாருங்கள். பகலில் செய்தித்தாள் விற்பதற்கு என்னை அனுப்பி வைப்பாள். நான், பொடியன் ப்ளோர், ஒரு முழுக்கட்டு செய்தித்தாள்கள் ஒரு கையிலும் ஒரு செய்தித்தாள் ஒரு கையிலுமாக 'டெய்லி வொர்க்கர்' என்று கூவிக்கொண்டு நிற்பதை நீங்கள் பார்த்திருக்க வேண்டும். இரவில் அவளுடைய அழுக்குப் படுக்கையில் என்னைச் சேர்த்துக்கொள்வாள். பூங்கா பெஞ்சுக்கு அது எவ்வளவோ மேல். பின்னர்

லூயிஸ் பால் பூன்

ஊரில் எங்கள் வீட்டுக்குப் பக்கத்தில் இருந்த பெண்ணைத் தற்செயலாகப் பார்த்தேன், அவளை 'மேரி, மேரி' எனக் கூப்பிட்டவாறே பின்னால் போனேன். மேரி என்னிடம்: ஏய், ப்ளோர் பொடியா! என்று சொல்லி, தான் சமையல்கூடத்தில் பாத்திரம் கழுவும் வேலையைச் செய்துகொண்டிருந்த ஓட்டலுக்கு அழைத்துப் போனாள் – அங்கு என்னாலும் பாத்திரம் கழுவ முடிந்தது, அதை நீங்கள் பார்த்திருக்க வேண்டும். அங்கு கோழி இறைச்சித் துண்டுகள் நிறையத் திரும்பி வரும், நாங்கள் அவற்றைக் குப்பைக் கூடைக்குள் தள்ளிவிட வேண்டும், நான் அவற்றை ஒரு பைக்குள் தள்ளி வைத்துவிட்டு மாலையில் மேரியின் இருப்பிடத்துக்குப் போய் அங்கு அவளுடைய படுக்கையில் ஜாலியாக, சுகமாகப் படுத்துக்கொண்டு அவற்றைச் சாப்பிடுவோம். எனக்கு பதினெட்டு வயதாகும்வரைக்கும் இது, அப்புறம் லண்டனிலிருந்த பெல்ஜிய ராணுவத்தில் நான் சேரவேண்டியிருந்தது, அங்கிருந்து படகில் வெஸ்ட்காபெல் அல்லது ஊஸ்ட்ராபெகேக்கு – சரி, ஊஸ்ட்ராபெகே என்றே வைத்துக்கொள்வோம் – அழைத்துச் செல்லப்பட்டேன். என்னைச் சுற்றி போர் அனுபவத்தில் முற்றிய வீரர்களுடன் – அவர்கள் விடுமுறையில் இருந்தவர்கள் – முதன்முதலாகப் போர்முனைக்குப் போகிறேன், போன உடனேயே 'டமால்', என்ன அது? அவர்கள் எல்லாரும் என்னை, இந்த பொடியன் ப்ளோரைப் பார்த்து சிரித்தார்கள். 'ஓ! கவலைப்படாதே, அது நம்மைவிட வெகுதொலைவில்.' நாங்கள் இன்னும் நெருங்கிப் போனபோது அங்கிருந்த எல்லா நீள்பள்ளங்களையும் பார்த்துக் கேட்டேன். அவை என்ன? அது ஒரு தகவல் தொடர்புக்கான பள்ளம், எனது நெஞ்சு படபடக்க, இன்னும் நெருங்கிப்போனோம், ஒரே டமால், டமால் மேலும்மேலும் டமால் டமால் டமால் டமால், தடதட தட, டுமீல் டுமீல். ஓ, எனது கால்சட்டையின் பின்புறத்தை இறுக்கிப் பிடித்துக்கொண்டேன், ஒரு மூலையில் போய் ஒளிந்துகொண்டு அழ விரும்பினேன். ஆனால் என்னுடைய உயர் அதிகாரி அவர் ஒரு நல்ல மனுஷன். என்மீது இரக்கப் பட்டு பள்ளத்தில் இருந்தவர்களுக்கு அவர்களுடைய பிராந்தி ஒதுக்கீட்டை விநியோகிக்கச் சொன்னபோது அதைச் செய்ய ஒத்துக்கொண்டேன். நான் ஒரு சம்பந்தமும் இல்லாத அந்த இடத்தில் உட்கார்ந்து ஒரு முழுக் குப்பியையும் காலி பண்ணி விட்டு, ஏதோ ஒரு பண்ணையிடத்தைக் கைப்பற்றுவதற்காக மற்றவர்களைச் சண்டையிட விட்டுவிட்டுத் தூங்கிப் போனேன். அப்புறம் என் அண்ணனிடமிருந்து தகவல் கிடைத்தது. அவனும் ஒரு ராணுவவீரன். ஆனால் விடுப்பில் இருந்தான். அவன் நிஜமாகவே எங்களுடைய ஒன்றுவிட்ட சகோதரனைக் கண்டுபிடித்திருக்கிறான். எனக்கு அந்த விலாசம் இருந்த

தாளில் பார்த்ததாக நினைவில் இருக்கும் லண்டனில் அல்ல, ஆனால் மான்செஸ்டரில்... அது எப்படி என்று உங்களுக்குத் தெரியும்தானே, இங்கிலாந்திலுள்ள ஒரு நகரத்தைப் பற்றிச் சொல்லக் கேட்டவுடனே நாம் அது லண்டன்தான் என்று அனுமானித்துவிடுகிறோம் அல்லவா. அப்புறம் எனக்கும் விடுப்பு கிடைத்து நான் மான்செஸ்டர் போனேன், என் அண்ணனிடமும் ஒன்றுவிட்ட சகோதரனிடமும் எனக்குச் சரிப்படவில்லை, அதோடு பக்கத்தில் புதிய அடுக்குக் குடியிருப்பு வீடு ஒன்றில் வசித்துவந்த பெண்ணுடன் பழக்கம் ஏற்பட்டது. அவள் விஸ்கி குடிப்பாள், அவளும், அவள் அப்பாவும் அவள் அம்மாவும், ஒரு விஸ்கி, அப்புறம் இன்னொன்று... அவள் அப்பா சொன்னார், 'ப்ளோர் சீக்கிரம், மணி ஏழு ஆகப்போகிறது, இன்னும் நீ குடிக்கவில்லை. ஏனெனில் கடை ஏழு மணிக்கு மூடிவிடும்.' அப்புறம் அவர்களை வீட்டிற்கு – குடித்திருந்த அவளது தந்தை ஒருபுறம், குடித்திருந்த அம்மா இன்னொருபுறம் – அந்த உயரமான படிக்கட்டுகளின் வழியாக பலமாகத் தள்ளிக் கொண்டுபோவேன். தனது தொப்பி கோணல்மாணலாக வளைந்திரும்படியாக, மகள் பாடிக்கொண்டே கூட வருவாள். அப்புறம் போர் முடிவுக்குப்பின் ஊருக்குவந்து, சப்பாத்து வியாபாரத்தில் இறங்கி, ஒரு சப்பாத்து உற்பத்திக்கூடமும் வைத்து, பின் என் மனைவி நோயுற்றபோது அதை விற்றுவிட்டு ஒரு பயண விற்பனையாளனாக மாறினேன். அதுவும் சப்பாத்துகள் விற்பதற்காகத்தான். இப்போது மறுபடியும் யுத்தம், நான் தினம்தினம் டிராமிலோ, ரெயிலிலோ எனது சைக்கிளிலோ, எப்போதும் எனது கைப்பெட்டியை மறைத்துக்கொண்டு – ஏனெனில் அவர்கள் என்னைப் பிடித்து ஜெர்மனிக்கு அனுப்பிவிடாமல் இருப்பதற்காக அதிர்ஷ்டவசமாக நான் இதுவரை ஒரு தடவைகூட மாட்டவில்லை.' இப்போது ப்ளோர் தனது சிகரெட் துண்டை வீசி எறிந்துவிட்டு, எனது பாக்கெட்டில் மீதி இருப்பதை எதிர்பார்த்து அதையே பார்த்துக் கொண்டிருக்கிறான்.

ஓ, அப்புறம் ஜனங்களை மறுபடியும் இரண்டு அணிகளாகப் பிரிக்கலாம்; எடுத்துக்காட்டாக பிக்கே இருக்கிறான். கண்களில் பளபளப்போடு சொல்கிறான், 'ஜெர்மன்காரர்கள் ஏற்கெனவே கார்க்கோவுக்கு வந்தாச்சு' என்று, அப்புறம் எனது தந்தையார் – நான் இருக்கிறேனே அவர் சொல்வதை ஒத்துக்கொள்ளத்தான் வேண்டும், ஆனால் நடுங்கும் இதயத்தோடு ஏதாவது பதிலாகச் சொல்ல வேண்டுமே என்று விரும்பி...நல்லது, அதனால் ஒன்றும் கெட்டுப்போகாது என்று சொல்லிவிடலாம், அப்புறம் எப்படியோ

வாயைத் திறந்தால் ஒருமணி நேரத்துக்குள் ஜெர்மானிய உளவுப்போலீஸ் இங்கு வந்துவிடும்.

அப்புறம் குய்லே இருக்கிறான் – கீழே நிலவறைக்குள் இருந்து கொண்டு – ஆட்கள் பேசுவதை ஒற்றுக்கேட்டுவிட்டு ஜெர்மானிய ராணுவப் போலீசுக்குப் போட்டுக் கொடுத்துவிடுவான். அப்புறம் ஜெர்மன்காரர்களுக்கு ஆதரவான அவன் மனைவி இருக்கிறாள், எந்த அளவுக்கு ஆதரவென்றால் எல்லா ஜெர்மன்காரர்களோடும் சினிமாவுக்குப் போய் இருட்டில் அவளைத் தடவிக்கொள்ள விடுபவள். குளிர் நிவாரண அமைப்பில் வேலை செய்துகொண்டு பக்கவாட்டில் குழாய்ப் பன்றி இறைச்சியையும் பீன்ஸையும் விற்று நல்ல தொகையை சம்பாதித்துக்கொண்டிருப்பவன்– ஆனால் மருத்துவர்கள் குளிர் நிவாரண அமைப்பின் சூப்பைக் குழந்தைகள் சாப்பிடக்கூடாதென்று தடைசெய்ய வேண்டி இருந்தது. ஏனெனில் அது குழந்தைகளைப் படுக்கையில் சிறுநீர் கழிக்க வைத்தது.

அப்புறம் பெற்றோர் சொல்கிறார்கள், 'எப்போது போர் முடிவுக்கு வருமோ அப்போது இங்கிலாந்துக்காரர்கள் நமக்கு வெள்ளை ரொட்டியும் சாக்லேட்டும் கொண்டுவருவார்கள்.' அதற்குக் குழந்தைகள் கேட்கிறார்கள், 'சாக்லேட் என்றால் என்ன?'

அப்புறம் ஹிட்லரைக் கொல்ல ஒரு முயற்சி நடந்தது, அப்புறம் ஒரு புரட்சி நடந்துகொண்டிருக்கிறது, ஹாம்பர்க், பெர்லின், கியில் நகரத் தெருக்களில் சண்டைப்போட்டுக் கொண்டிருக்கிறார்கள். கடற்படை வீரர்கள் தங்கள் ஆயுதங்களை அழித்துக்கொண்டிருக்கிறார்கள், மேலும் ராணுவத்துக்கும் உளவுப் போலீசுக்கும் சண்டை நடக்கிறது. 1914–1–8இல் நடந்தது போல ஒரு புரட்சி நடக்கிறது – பின்னர் யுத்தம் முடிகிறது.

மேலும்… இவையாவும் உண்மையல்ல. ஹிட்லர் சாகவில்லை, 1914–18ஐப் போல ஒரு புரட்சியுமில்லை, யுத்தம் முடிவுக்கு வரவில்லை – ஜெர்மானியர்கள் இருக்கின்ற வாகனங்களையும் இயக்கிக்கொண்டிருக்கிறார்கள், மேலும் முதல் V–1 விமானம் மேலே பறக்கிறது.

மேலும், வழக்கமான ஒரு அறைகூவல் தவிர வேறு எந்த அனக்கமும் இல்லாதபோதும், எல்லாரும் ஆவலுடன் இங்கிலாந்தை எதிர்பார்த்துக்கொண்டிருக்கிறார்கள். அந்த அறைகூவலுக்குள் அவர்கள் எதையோ புரிந்துகொள்கிறார்கள் என்று எடுத்துக்கொண்டாலும், அது நம்ப முடியாத அளவுக்கு இருக்கிறது. பண்ணையிலுள்ள திருமதி தெரசா போல – எப்போதும் சாணி ஒட்டிக்கொண்டிருக்கும் கால்களையுடைய

அவள், பழைய நாட்களில் வாய்மொழியாக ரேடியோ பற்றிக் கேள்விப்பட்டிருந்தாள். இப்போதோ, பட்டாலான நீளக்காலுறைகளோடு இருக்கிறாள், ஒரு ரேடியோவும் வாங்கி இருக்கிறாள். சர்ச்சில் 'நாளை' நிச்சயம் முடிவுக்கு வரும் நாள் என்று சொல்லும்போதெல்லாம், எல்லா பக்கமும் சுற்றிச்சுற்றி ஓடி உரக்கக் கத்துகிறாள், 'சர்ச்சில் சொல்லிவிட்டார், அவர்கள் நாளை வருகிறார்கள்.' உடனே எல்லாரும் தத்தம் கதவுகளைப் பூட்டிவிட்டுக் கீழே நிலவறையில் முடங்கிக்கொள்கிறார்கள்.

ஓர் எளிய கதை

இது ஒரு கதை – எனக்கு எப்படி சொல்லப் பட்டதோ, மெருகூட்ட ஒரு வார்த்தை கூட்டாமல், எளிமைப்படுத்த ஒரு வார்த்தைகூட விட்டுவிடாமல் – கைது செய்யப்பட்டு பிளாக் அவுட் அறைக்குள் தள்ளப்பட்டு எட்டு நாள் கையிலும் காலிலும் விலங்கோடு (மழை பெய்யும்போது தழும்புகளைப் பார்க்கலாம்) ஒன்றுக்குப் போக முடியாமல் கிடந்த கேட்சனிடமிருந்த கதை. ஒன்பதாவது நாள் அவனால் அதற்கு மேலும் அடக்கமுடியாமல் அப்படியே ஒன்றுக்குப் போனான், அப்புறம் அவன் பெய்த மூத்திரத்திலேயே அவன் தள்ளி விடப்பட்டான். அவனை எவன் கைது செய்தானோ அவனே விசாரணையும் செய்தான். கேட்சன் தனக்கு எதுவும் தெரியாது என்றும் வீட்டுத் தபால்பெட்டியில் ஏதோ ஒரு துண்டுச் சீட்டு மட்டும் எடுத்ததாகவும் சொன்னான் – அப்புறம் அவனால் இன்னதென்று தீர்மானிக்க இயலாத ஒரு பொருளை அலமாரியிலிருந்து எடுத்து அவனுடைய முகத்துக்குக் குறுக்காக அடித்தார்கள். முதலில் ஒன்றும் தெரியவில்லை, வலிக்கக்கூட இல்லை, ஆனால் சில வினாடிகளுக்குப்பின் எல்லாம் தெளிவாயிற்று; அது ரப்பரால் சுற்றப்பட்டிருந்த துணி, யாரையாவது அதைவைத்து அடிக்கும்போது தோல் பிய்ந்து தன்னாலே உரியும். பிறகு அவனைத் தனிமை அறைக்குள் தள்ளிவிடுவார்கள். பிறகு ஒவ்வொரு நாளும் ரப்பர் துணி கவனிப்புக்காக அவன் திரும்பிப் போக வேண்டும், கடைசியில் ஹால் வழியாக கவனிப்புக்குப் போகும்போது இவ்வாறு

நினைக்க ஆரம்பித்தான் – நான் சிறை அறைக்குள்ளேயே பாதுகாப்பாக இருப்பது எவ்வளவு நல்லா இருக்கும். அப்புறம் அவன் எதுவும் சொல்லாவிட்டால் சித்திரவதைக் கூடங்களுக்கு அவனை அனுப்பிவிடப் போவதாகவும் பயமுறுத்தினார்கள், ஹே, அவனும் ஏதோ தோன்றியதைச் சொல்லி வைக்க, ஏசுவே, அவர்களும் அவன் சொன்னதை நிஜமாக நம்பிவிட்டனர். பிறகு எப்படியோ ஒரு வழியாகப் பெரிய வெப்பக்குழாய்க்கு மறுபக்கம் உள்ள அறையில் இருந்த யாரோ ஒருவனிடம் அவனால் பேசமுடிந்தது – நான் கேட்சன். அந்த மற்றொருவன் சொன்னான் – நான் அந்த்ரே. அப்புறம் அவன் தன் மனைவி பெயரையும் தான் எந்த ஊரிலிருந்து வந்தவன் என்பதையும் சொல்லிவிட்டு எப்படி தன் வீட்டின் பின்புறத் தோட்டத்தில் புகையிலைச் செடிகளை நட்டு வளர்த்தான் என்பதைச் சொன்னான். அப்போது அந்த மற்றொருவன் சொன்னான், 'நானும் அதையேதான் செய்தேன்.' அப்புறம் அவன் அந்த்ரேயை நேரில் பார்க்க விரும்பினான், ஆக உடற்பயிற்சி வளாகத்திலிருந்து திரும்பும்போது அவன் குழப்பமடைந்தவன்போல் காட்டிக்கொண்டு தவறான அறைக்குள் போனான், ஒரு நொடிதான், பின் சொன்னான், 'ஹே, அந்த்ரே.' அந்த மற்றவன் சொன்னான், 'ஹே, கேட்சன்.' இப்படியாக அவன் சந்தோஷப்பட்டான்.

பின்னர் அவன் இன்னொரு சிறைக்கு மாற்றப்பட்டான். அங்கு மூன்று அறைகள் ஒன்றன்மேல் ஒன்றாக இருந்தன. (நான் தலையை ஆட்டி ஆமோதித்தேன், ஏனெனில் அதைப் பற்றி ஜோசி சொன்னதுண்டு). பிறகு சில வேளைகளில், நான்கு தடவை இருக்கலாம், யாரோ ஒருவன் மேல்கூண்டிலிருந்து தடுப்புக் கம்பிகளைத் தாண்டிக் கீழே விழுவான். ஞாயிற்றுக்கிழமை களின் பிற்பகல்களில் கைதிகள் சிற்றறைகளுள் இருந்த நோக்குத் துவாரங்களிலிருந்த ஒருவழிக் கண்ணாடிகளை, அவர்களைக் கடந்துபோகின்றவர்களைத் தெளிவாகப் பார்க்க ஏதுவாக உடைத்துவிடுவார்கள். இவ்வாறு அவர்களுக்குப் பார்த்த உடனே ஒருவரை ஒருவர் அடையாளம் கண்டுகொள்ளும் அளவுக்கு ஆனது. மேலும் அறையிலிருந்த மின்சுவிட்சுபெட்டியை அகற்றிவிட்டு அந்த இடைவெளி மூலம் ஒருவருக்கொருவர் பேசிக்கொள்ளும் வழி வைத்திருந்ததை அங்குள்ள சிறைக்காவலர்கள் கண்டுபிடித்து ஒரு பெரிய திருப்புளியால் அவனை அடித்ததில் பற்கள் கழன்று உணவைச் சவைக்காமலே விழுங்கும்படி ஆகி அது அவன் வயிற்றுக்குள் பந்து மாதிரி உருண்டு அடைத்துக்கொண்டு அந்த வேதனையில் துடித்துக்கொண்டிருந்தான். அதுகூடப் பெரிதல்ல, அவர்கள் இன்னொருவனை ரப்பர் துணியால் நெஞ்சு முழுவதும் அடித்தபின், அவன் மரணதண்டனை விதிக்கப்பட்டவனாக

இருந்தபோதிலும், வீட்டுக்கு அனுப்பிவிட்டனர், இதைவிட அவனைச் சுட்டுக்கொன்றிருக்கலாம், அது பரவாயில்லாமலாவது இருந்திருக்கும். அப்போது அவன் 'பெல்ஜியம் நீடூழி வாழ்க' என்று முழங்கியிருப்பான், ஒரு தியாகியாகச் செத்திருப்பான். அவன் மனைவிக்குத் தியாகி பென்ஷன் கிடைத்திருக்கும். ஆனால் அவன் அங்கே வீட்டில் நாற்காலியில், குடும்பத்திலிருந்த கடைசிக் காசையும் அவர்கள் அவனுக்காகச் செலவழித்துக்கொண்டிருக்க, அவன் மெதுவாகச் செத்துக்கொண்டிருந்தான். நிஜமாக அரசாங்கத்திடமிருந்து வேறு என்னதான் எதிர்பார்க்க முடியும்? பின்னர் கேட்சன் மெர்க்ப்ளேசுக்குப் போக வேண்டியிருந்தது. அது நல்ல இடமாக இருந்தது. ஏனெனில் அங்கு அவன் வீட்டிலிருந்து வரும் பொட்டலங்களைப் பெற்றுக்கொள்ள அனுமதித்தார்கள். ஆனால் அதன்பின் அவன் பிரான்சின் கடற்கரைப் பகுதிக்கு சிமெண்ட் மூடைகள் – முதலில் மரக்கட்டைச் செருப்புகளோடும், அவை தேய்ந்து போனபின் காலுறைகளுடன் மட்டும், அப்புறம் வெறும் காலுடனும் – தூக்குவதற்குப் போக வேண்டிய தாயிற்று. அவர்கள் அங்கு வந்ததுமே முதலில் பார்த்தது மரங்களில் தொங்கிக்கொண்டிருந்த மேல்சட்டைகளையும், கால்சாராய்களையும்தான். குண்டுவீச்சுத் தாக்குதல்கள் உருவாக்கியிருந்த அந்தக் காட்சி என்னென்ன உணர்வுகளை ஏற்படுத்தியிருக்கும் எனக் கற்பனை செய்துபாருங்கள். அது நரகம், உண்மையாகவே நரகம். எனவே அவன் அவனது தண்டனை முடிவடைய மீதம் இருக்கும் நாட்களை கணக்கெடுத்து, ஒவ்வொரு இரவிலும் இன்னும் குறைந்த இரவுகள்தான் அவர்கள் குண்டுவீசுவதற்கு மீதமிருக்கின்றன என்று நினைத்துக்கொள்வான். பின்னர் கழிப்பிடத்தில் குண்டுகள் விழுந்து மொத்த முகாமும் நரகலால் நிரம்பியது. இறுதியாக அவனது தண்டனைக் காலம் முடிந்தது. ஆனால் அவன் விடுதலை செய்யப்படவில்லை, ராணுவம் சொல்லிவிட்டது. அவர்களைப் பொறுத்தவரை அவன் ஜெயிலில் இருக்க வேண்டியதில்லை என்று, ஆனால் அங்குப் பொறுப்பில் இருந்த டோட் நிறுவனம் அவர்களுக்கும் ராணுவ விஷயங்களுக்கும் சம்பந்தமில்லை என்றார்கள். அவனுடைய மனைவி அவனை வெளிகொண்டுவரப் பல இடங்களுக்கும் அலைந்தாள். ஒரு உயர் ஜெர்மானிய அதிகாரியைக்கூடப் பார்த்தாள். அவன் நகரத்திலேயே மிக அருமையான வீட்டில் அமைத்துக்கொண்ட தனது அலுவலகத்தில் சுடச்சுட சொட்டுச் சொட்டாக வடித்தெடுத்து தரப்பட்ட காப்பியுடன், ஒரு ஜெர்மானிய விலைமாது அவளது கால்களை அவன் கால்களுக்குள் இருக்குமாறு உட்கார்ந்திருக்க, கேட்சனின்

மனைவியை ஒரு பிச்சைக்காரியைப் போல் காத்து நிற்க வைத்தனர். அப்புறம், முடிவில் ஒரு இரவு மறுபடியும் குண்டுவீச்சு நடந்த போது எல்லாரும் கிறுக்குப் பிடித்தவர்கள் போல் அங்குமிங்கும் ஓடிக்கொண்டிருக்கும்போது அங்கிருந்து தப்பிவிட்டான், பல ரெயில்களில் அனுமதிச்சீட்டோ அடையாளத்தாள்களோ இல்லாமல் ஏறியும் இறங்கியும் பயணித்தான், நம்ப முடியாத அளவுக்கு அவனுக்கு அதிர்ஷ்டம் இருந்தது. இப்போதும் அவன் ஒளிந்து மறைந்துதான் இருக்க வேண்டியிருக்கிறது, ஆனால் யாராவது அதைக் கண்டுகொள்வார்கள் என நினைக்கிறீர்களா? இப்போது நாங்கள் ஜாம் சாண்ட்விச்சுகளைச் சாப்பிட்டுக் கொண்டு நாள் முழுவதும் தூங்குகிறோம். அது எங்களை பருக்க வைத்துக்கொண்டிருக்கிறது.

அப்புறம், கேட்சனைப் பார்க்கச் செல்வதற்கு நான் எப்போதும் பயன்படுத்தும் கிராமத்துச் சாலைக்கு அப்பால், மக்காச்சோள வயலில், அவர்கள் ஒரு ஜெர்மானிய ராணுவ வீரனைக் கண்டுபிடித்தார்கள். சில குழந்தைகள் அவன் ஒரு காட்டு விலங்கைப் போல அலறிக்கொண்டிருந்தைக் கேட்டனர். அந்த வழியாகத்தான் ஐந்து நிமிடங்களுக்கு முன்பாக போயிருந்த போதும் நான், எதையும் கேட்கவுமில்லை பார்க்கவுமில்லை. வயலுக்குள்ளிருந்து – பயிர்கள் இன்னமும் முற்றவில்லை – அவனைத் தூக்கி வந்தார்கள். அவன் ஏழு நாட்கள் எதுவும் சாப்பிடாமல் இருந்திருக்கிறான், அவனுடைய வீங்கிப்போன தொண்டையிலிருந்து வெளியான ஒலிகளெல்லாம் விலங்குகளின் சத்தமே. அவனுக்கு நன்கு பருத்த தொடைகள். ஆனால் அவனுடைய கால்கள் வெடித்துச் சிதறி உறைந்த இரத்தத்தினால் மூடியிருந்தது. அவன் குடிக்கப் பால் கொடுக்கப்பட்டது. ஆம், அவனுக்குப் பாலும் வெள்ளைரொட்டியும் கொடுக்கப்பட்டது. அதை அடுக்ககக் குடியிருப்புக் குழந்தைகள் – அவர்களுக்கு வெள்ளை ரொட்டியின் சுவை என்பது மறந்துபோயிருந்தது – விரிந்த கண்களோடு பார்த்துக்கொண்டிருந்தார்கள். அவன் கடற்கரைப் போர்க்களத்திலிருந்து ஓடிவந்துவிட்டதாக, ராணுவத்திலிருந்து சொல்லிக்கொள்ளாமல் கழன்றுவிட்டதாகச் சொன்னான், அவர்கள் அவன் எங்கு ஒளிந்துகொள்ள விரும்புகிறான் என்று கேட்டதற்கு ‘ராணுவப் போலீஸ் தலைமையகத்துக்கு’ என்று சொன்னான், பியரே ‘அவன் நேரே சுட்டுக்கொல்லும் பிரிவுக்குத்தான் போகப்போகிறான்’ என்றான்.

கேட்சன் சொல்கிறான், ராணுவத்தில் இருந்து சொல்லாமல் கொள்ளாமல் ஓடிவிடுபவர்களை உயரமான சிறுகுன்றுக்கு அனுப்பி உயரத்திலிருந்து பாறாங்கற்களை உருட்டிக் கீழே

தள்ளிக் கொண்டுவந்து பிறகு அதை எடுத்து மேலே கொண்டு போகச்செய்து மறுபடியும் கீழே தள்ளவைப்பார்கள் என்று.

அதற்கு முடிவெட்டுபவனான கஸ்ட் சொல்கிறான், 'இல்லை, ராணுவத்தி லிருந்து ஓடிவிட்டவர்களுக்கு 21 வயசு ஆகவில்லை என்றால் அவர்களைச் சுடமாட்டார்கள்.' உங்களுக்கு 15 வயசானால் ஒரு பெண்ணைக் கர்ப்பமாக்கிக் கொள்ளலாம். ஆனால் 21 வயசுவரை நீங்கள் ஒரு முழு ராணுவ வீரனாக ஏற்றுக்கொள்ளப்படமாட்டீர்கள்.

மேலும் கசாப்புக்காரன் கரேல் சொல்கிறான். 'டும், டும் அவன் ஒரு ராணுவக்காரன், எல்லா ராணுவக்காரன்களும் போர்முனைக்குப் போய் **நிக்*** *கிழவனை சந்தித்தாக வேண்டும்.'*

ஆஹா, பொது ஜனங்களிடம் புழங்கும் வாக்கியங்கள்தான் எவ்வளவு அற்புதமாக இருக்கின்றன, சண்டையில் அடிபட்டு, மற்ற விமானங்கள் வந்து சேர்ந்தபின் ஒரு மணிநேரம் கழித்து தள்ளாடி வரும் ஒரு விமானத்தைக் குறித்துச் சொல்வது **'நொண்டி விமானம்'**.

* மரணத்தைக் குறிக்கும் சங்கேத நையாண்டிச் சொல்

பியானோ விற்பனைக்கு

நமது பியானோவை விற்றுவிடலாம் என என் மனைவி சொன்னாள். நான் எதுவும் சொல்ல வில்லை, மேலும் அவளது கண்களை நேராகப் பார்க்கவுமில்லை. காரணம், அந்தப் பியானோ அவளுக்கு எவ்வளவு உயிரானது என்பது எனக்குத் தெரியும். மட்டுமல்ல, நடுத்தரவர்க்க அந்தஸ்துக் கென எங்களிடம் மீதமிருந்த ஒரே பொருளும் அதுதான். அப்புறம், மறைப்பானேன், எனக்கும் அது எவ்வளவு நெருக்கமானது என்பது எனக்குத் தெரியும். தோட்டத்துப் பெஞ்சில் அமர்ந்துகொண்டு வீட்டுக்குள்ளிலிருந்து யாராவது வாசித்து வரக்கூடிய ‘மழைத்துளிகள் உங்கள் சாளரக் கண்ணாடிகளைத் தட்டிக்கொண்டிருக்கின்றன’ என்ற ஒலியாக இருந்தாலும்கூட அதைக் கேட்பது எனக்கு விருப்ப மானது. சிலருக்கு ஒரு குவளை பீர் பிடிக்கும் மற்றவர்களுக்கு சிறுமிகள் தங்கள் மிதிவண்டிகளை ஓட்டிச் செல்வதைப் பார்த்துக்கொண்டிருக்கப் பிடிக்கும் ஆனால் எனக்கு மாலைப்பொழுதும், கிணிகிணி என்ற பியானோவின் சிறுமணி ஒலிகளையும் பிடிக்கும். சே, என்ன முட்டாள் தனமான கிறக்கம். ஆனால் இதிலிருந்து விடுபட நினைப்பது சாத்தியமில்லை. ‘பியானோ விற்பனைக்கு’ என்று ஒரு அட்டையைச் செய்து, ஜன்னலில் தொங்கவிட்டு, ஒரு பூச்சிக்காகச் சிலந்தி காத்திருப்பதைப் போல இருந்தோம். நான் சொன்னேன், அட்டை ரொம்பச் சின்னது என நினைக்கிறேன். அப்புறம் ரொட்டிக் கடைக்காரன் வந்தான், அவனுக்குத் தரவேண்டியதைக் கொடுத்து

விட்டுப் பெரிய அட்டையைச் செய்ய அவசரப்பட்டேன், ஆனால் அவன் அந்த நீண்ட அசட்டு மூஞ்சியை வைத்துக் கொண்டு அங்கேயே நின்றான். அவன் சொன்னான். அந்தப் பியானோவை நான் பார்க்கலாமா? அதை அவனுக்குக் காட்டிவிட்டு ஆவலோடு அவனையே பார்த்துக்கொண்டு நின்றோம். அவன் முகத்தை வைத்து எதையும் கண்டுபிடிக்க முடியவில்லை, அது எப்போதும் போல முட்டாள்தனமாகவே இருந்தது. அவன் கடைசியில் சொன்னான், இல்லை, நான் இது தன்னாலேயே வாசிக்கும் பியானோக்கள் போல என்று நினைத்தேன், அங்கே தெருமுனை தாண்டி இருக்கும் மதுவகத்தில் ஒரு கால் பிராங்க் நாணயம் போட்டால் தன்னாலே வாசிக்கும் பியானோ இருக்கிறது. என் மனைவி அதற்கு ஒருவேளை அதை அவர்கள் உனக்கு விற்கக்கூடும் என ஆலோசனையாகச் சொன்னாள். நாங்கள் எல்லாரும் அந்தப் பியானோவைப் பார்க்கச் சென்றோம், யாரும் விரல் போடாமலே மேலேயும் கீழேயுமாக அசையும் கட்டைகளைப் பார்த்துச் சிரித்துக் கொண்டே இது மாயாஜாலமாக இருக்கிறது என்றான். அவன் அதன் விலையைக் கேட்கவில்லை, மாறாக அதை எப்படி வீட்டுக்குக் கொண்டு சேர்ப்பது என்றுதான் கவலைப்பட்டான். மதுவக உரிமையாளன் அதை வண்டியில் ஏற்றி, தன் குதிரையை வண்டியில் பூட்டி வீட்டுக்குக் கொண்டுவந்து விடலாம், ஆனால் அதற்கு முன் தன் கணக்கில் ஆளுக்கு ஒரு சுற்று குடி வாங்கித் தருகிறேன் என்றான். ரொட்டிக்கடைக்காரன் அவனைத் தடுத்தான், நான் ஒரு சுற்று வாங்கித் தருகிறேன். இப்படி அவர்கள் இருவரும் ஆளுக்கு ஒரு சுற்று, அப்புறம் ரொட்டிக்கடைக்காரன் ஒரு சுற்று, மதுவக உரிமையாளன் ஒரு சுற்று என்று போய் முடிவில், எல்லாரும் குடித்து வீங்கிச் சிவந்த கண்களோடு பியானோ இன்னமும் மேலும் கீழும் அசைந்து 'ரமோனா, இன்று வேலை முடிந்ததும் நான் உன்னை அழைப்பதைக் கேட்பாய்' என்று இசைத்துக்கொண்டிருப்பதைப் பார்த்துக்கொண்டிருந்தோம். ரொட்டிக் கடைக்காரனுக்கு அந்தப் பாடல் தெரியுமாதலால் கூடவே பாடியதோடு மதுவக உரிமையாளன் மனைவியோடு ஆடி, மேலும் ஒரு சுற்று குடி கொடுக்கச் சொன்னான். பிறகு அவனது தந்தையை – யுத்தத்திற்கு முன்பு பரம ஏழையாக இருந்து பிறகு விமானக் குண்டுவீச்சுத் தாக்குலில் இறந்துபோனவன் – நினைத்துக்கொண்டு அழ ஆரம்பித்தான், அழுதுகொண்டே 'இப்போது நான் எவ்வளவு பணம் சம்பாதிக்கிறேன் என்று அவரால் பார்க்க முடியவில்லையே' என்று சொன்னான். மதுவகத்தின் கதவு திறந்தது, ரொட்டிக்கடைக்காரரின் மனைவி அவன் அங்கே எங்கிருக்கிறான் என்று பார்க்க வந்தாள். 'நீ மறுபடி யும் 35 பிராங்க் விலையுள்ளதைக் குடித்துக்கொண்டிருக்கிறாய்

அல்லவா' என்றாள். அவன் அவளை உள்ளே இழுத்து இறுக அணைத்து நடனம் ஆடினான். அவளையும் ஒரு டோஸ் போடச் சொன்னான், அழுதான், அப்புறம் சொன்னான்; 'நாம் இப்போது எவ்வளவு பணம் சம்பாதிக்கிறோம்' என்பதை என் தந்தை பார்க்க முடியாமல் போய்விட்ட சோகத்தை நான் இவர்களிடம் சொல்லிக்கொண்டிருந்தேன்.' அவன் மனைவி சொன்னாள்; 'அமைதியா இரு.' பியானோ நின்றுவிட்டது. நாங்கள் எல்லாரும் அமைதியானோம். ரொட்டிக்கடைக்காரன் அவனது அசட்டு முகத்துடன் எங்களைப் பார்த்தான், பிறகு தான் குடிபோதையில் இல்லையென்று காட்டிக்கொள்ள முயன்றவாறு சொன்னான், 'நான் என்ன சொல்கிறேன் என்பது எனக்குத் தெளிவாகத் தெரியும்'. 'ஒரு மண்ணும் உனக்குத் தெரியாது' அவன் மனைவி பதிலுக்குச் சொன்னாள். மேலும் அவள், 'இப்போது ரொட்டிக்கடைக்காரர்கள் எல்லாம் நல்ல லாபத்தில் கொழுத்த பணம் சம்பாதித்துக் கொண்டிருக்கிறார்கள் என்று எல்லாரும் நினைக்கிறார்கள், ஆனால் அது உண்மையில்லை, என்றாலும் யுத்தம் முடிந்தபின் இந்த ஜனங்களுக்காக ரொட்டிக்கடைக்காரர்கள் எவ்வளவு செய்திருக்கிறார்கள் என்பதை உணர்வார்கள்' என்று சொன்னாள். 'அது எப்படி?' மதுக்கடை உரிமையாளன் கேட்டான். தொடர்ந்து, 'எதற்கு நியாயவிலை ரொட்டி மட்டும் அவ்வளவு மோசமாக இருக்கிறது' என்றும் கேட்டான், 'அதோடு அதில் ஒரு பொட்டு மாவுகூட இருப்பதாகத் எனக்குத் தோன்றவில்லை. நிச்சயமாக அதில் எந்த மாவும் இல்லை, சும்மா தவிடும், உருட்டின ஓட்சும் அரைக்கப்பட்ட நிலக்கடலையும்தான்.' உரிமையாளன் தொடர்ந்தான், 'ஆனால் யாராவது மாவு வாங்கி அவர்களே ரொட்டி செய்தால் அதில் மாவு இருக்கிறதே, ஆக இங்கே என்னதான் நடக்கிறது?' அசட்டு மூஞ்சி ரொட்டிக்கடைக்காரன் ஒன்றும் சொல்லவில்லை, தன் மனைவி பின்தொடர வெளியே போனான். பிறகு சும்மா சொல்லக்கூடாது, அவர்கள் வந்து, எங்கள் பியானோவை வாங்கிக்கொண்டார்கள் – பெரியவர்கள் வாசிக்க வேண்டிய பியானோ அது. 'நான் என் குட்டி மியிஸை வாசிக்க வைக்கிறேன்!' என்று அவன் சொன்னான்.

மேலே விமானங்கள் வரும் சத்தம் கேட்டதுமே வசதியானவர்கள் – அவர்கள் பெல்ஜிய தேசபக்தர்கள் – சொல்வார்கள்: 'ஏன் ஒவ்வொரு இரவும் குண்டுகளைப் பொழிகிறார்கள், ஏன் குண்டுகளைப் பொழிகிறார்கள்?' ஆனால் அந்த நேரங்களில் தொழிற்கூடங்களிலிருந்தும் ரெயில் நிலையத்திலிருந்தும் சிதறி ஓடும் பணியாளர்கள் தங்கள் வீட்டுத் தோட்டங்களினூடே

ஓடி புற்களை மிதித்து விடக்கூடாது என்பதற்காகத் தங்களது தோட்டக் கதவுகளைப் பூட்டிவிடுகிறார்கள்.

இதற்காகப் பணக்காரர்களைக் குறை சொல்லும் ஏழைகள் கேட்கிறார்கள் – மெதுவா, அவர்களுக்குக் கேட்கப் போகிறது – 'இதுதான் பெல்ஜியப் பற்றா?' ஆனால் அவர்கள் தண்டவாளங்களிலிருந்து நிலக்கரியைத் திருடும்போது அதைப் பணக்காரர்களுக்கு விற்றுவிட்டுக் குளிரில் இருக்கிறார்கள்.

மேலும் இங்கிலாந்து அபிமானிகள் சொல்கிறார்கள், அவர்கள் இங்கிலீஷ்காரர்களுக்கு எதிராக ஒரு சொல் சொல்ல விடமாட்டார்கள் – 'அவர்கள் நல்லவர்கள், தீரமானவர்கள், சிறந்த போர்வீரர்கள், மேலும் அவர்களால் வளைவு நடனம் ஆடமுடியும், இருப்பதிலேயே உயர்ந்த நடனம் வளைவு நடனம்தான்! மற்றவர்கள் சொல்கிறார்கள், 'இங்கிலீஷ்காரர்கள் கோழைகள், நடனமாடுவதைத் தவிர வேறெதும் உருப்படியாக அவர்களுக்குச் செய்யத் தெரியாது, மேலும் இருப்பதிலேயே அருவருப்பானது வளைவு நடனம்தான்.'

மேலும் ஜெர்மானிய உளவுப் போலீஸ் என் வீட்டுக்குச் சோதனையிட வந்தனர், என் மனைவியை ஒரு மூலையில் தள்ளி நிறுத்திவிட்டு, கோணலாக முளைவிட்டிருந்த செடிகளை மண்ணுக்குள் நேராக அமுக்கிவைப்பதில் நான் முனைந்திருந்தபோது, வேகமாகத் தோட்டத்துக்குள் வந்தனர். அது என்னுடைய அடையாளச் சான்றுகளை சோதிப்பதற்காக என்றாலும் அப்போது நான் காலிதான் என்று நினைத்தேன், ரப்பர் துணி என்னுடைய முகத்தில் உரசுவதுபோல் உணர்ந்தேன்.

மேலும் இளைஞர்கள் இருக்கிறார்கள், குண்டுமழை பொழியும்போது புதிய பேஷனைக் கனவு காண்பார்கள். தங்கள் தலைமுடியை நீளமாக வளர்த்துக்கொள்கிறார்கள், ரொம்பக் குட்டையான கால்சட்டையை அணிந்துகொள்கிறார்கள். அதோடு ராணுத்தினர் இருக்கிறார்கள் – நடன அரங்குகளை திடீர்ச் சோதனை நடத்துபவர்கள் – கையில் துப்பாக்கிகளோடு யுத்தகால இளைஞர்களைப் பயத்தில் பீச்சங்கழிக்க வைப்பதற்காக.

மேலும் நேற்றுத்தான் ஒரு வீட்டைத் திடீர்ச் சோதனை செய்து, அந்த வீட்டுக்காரியை அடித்து வீட்டிலிருந்த சின்னப் பெண்களைப் பலாத்காரம் பண்ணிவிட்டு, வீட்டில் மிஞ்சியிருந்த கடைசித் துண்டு மரச்சாமான்களையும் நொறுக்கிவிட்டுச் சென்றனர். பிறகு தெரிந்தது அவர்கள் வந்தது தவறான விலாசத்துக்கு என்று.

மேலும் ப்ரால் இருக்கிறான் – அவன் ஸ்டாலின் வீழ்ந்த போதுதான் அழுததாக என்னிடம் ரகசியமாகச் சொன்னவன் – தனது ஆசனவாய் பயத்தால் இறுகிப்போனவாறு சொன்னான். 'இனி ரஷ்யாகளும் வந்துவிடுவார்கள்.'

மேலும் பூனுடைய மகள் சொல்கிறாள், 'ரஷ்யர்கள் பெர்லினைக் குண்டுகளால் தாக்குகிறார்கள், ஏனெனில் அவர்கள் மனிதர்களே அல்ல' என்று, 'அப்படியானால் ரஷ்ய நகரங்களை ஜெர்மானியர்கள் முற்றிலும் அழித்துவிடுகிறார்களே அது எப்படி?' அவள் சொல்கிறாள், 'அதை நான் நம்பமாட்டேன்.'

ஆல்பர்டைன் ஸ்பாயின்ஸ்

ஆல்பர்டைன் ஸ்பாயின்ஸ் ரொம்ப நல்ல, ரொம்ப வேடிக்கையான, மேலும் ரொம்ப அழகில்லாத ஒரு பெண் – தொடர் ஊட்டச்சத்துக் குறைவால் ஆடிக்கொண்டிருந்த தனது பற்களை எல்லாம் பிடுங்கி எடுத்துவிட்டு பொய்ப்பற்கள் கட்டுவதற்குப் பணம் ஏதும் இல்லாமல் அப்படியே முப்பது வயசுக்காரியின் கண்களோடும் எண்பது வயசுக்காரியின் வாயோடும் வலம் வந்துகொண் டிருந்தவள். ஒவ்வொரு மதியச் சாப்பாட்டு நேரமும் எங்களோடு மூன்றாவது லியோபோல்ட் மன்னர் பெயரிடப்பட்ட இலவசச் சமையல் மையத்துக்கு வருவாள் – அங்கு எங்களுடைய ஏனங்களில் இரண்டு ஊருளைக்கிழங்குகளையும் ஒரு இறைச்சித் துண்டையும் வழித்துப் போடுவார்கள் (கதவைச் சீக்கிரம் சாத்துங்க, அவை காற்றில் அடித்துப்போகாமல் இருக்கணும்). அவள் பெயரென்ன, அவளும் கூட வருவாள். அதான் அவள் பெயரென்ன – அன்றைக்கு ஏதோ ஒன்றால் மண்டையில் அடிக்கப்பட்டுச் செத்துப்போனாளே, யுத்தம் ஐந்து வருடங்களுக்குகூட நீடிக்கும் என நாங்கள் சொல்லும்போதெல்லாம் மிகவும் கோபப் பட்டு எங்களை ஜெர்மானிய அடிவருடிகள் என்று பழிப்பாளே – “அதற்கு வாய்ப்பே இல்லை,

ஏனெனில் என் கணவர் ஒரு மின்னல் வேக அதிரடித் தாக்குதலை எதிர்பார்த்துக்கொண்டிருக்கிறார், மேலும் இது ஒரு மாதத்திற்குமேல் நீடித்தால் நாங்கள் என்ன செய்யப் போகிறோம் என்பது எனக்குத் தெரியவில்லை", எப்போதும் ஏதாவது, கற்பனைசெய்ய முடியாத வினோதமான அவதானிப்புகளை முன்வைப்பாளே – லோட் ஸியெலன் ஒரு மட்டமான எழுத்தாளர் என்றுகூட சொன்னாளே . . . அவள்தான், திருமதி லாமென்ஸ்! ஆல்பெர்டைன் ஸ்பாயின்ஸ், திருமதி லாமென்ஸின் அசட்டுத்தனமான பேச்சுக்களைக் கேட்டுச் சிரிப்பாள், அவள் எதற்கெடுத்தாலும், எல்லாவற்றிற்கும் குளிர் நிவாரண சூப்பைப் பற்றி, வரிசையில் நிற்கும் ஆட்களைப் பற்றி, ஜெர்மானிய மொழி போஸ்டர்களைப் பற்றி சிரிப்பாள் என்பது வேறு சங்கதி. மேலும், ஆம், எனக்கு ஞாபகம் வருகிறது, சில நேரங்களில் ஒரு ஜெர்மானிய ஆதரவுத் தொடக்கப்பள்ளி ஆசிரியர் எங்கள் எதிர்வர நாங்கள் பார்ப்பதுண்டு. அவரிடம் நாங்கள் கொஞ்ச நாட்களாகப் பேச்சுக் கொடுப்பதில்லை – நல்ல ஆள்தான் என்றாலும், ஒரு கௌபாய் தொப்பியோடும் விரல்கள் விரிந்த பெரிய கால்களோடும் இருப்பார். எங்களைப் பார்க்கும்போதெல்லாம் மிகுந்த மரியாதையோடு அவர் சொல்வார். 'இன்று நல்ல நாளாக அமையட்டும் திருமதி லாமென்ஸ், இன்று நல்ல நாளாக அமையட்டும் திருமதி ஸ்பாயின்ஸ்.' அன்று முழுவதும் பைத்தியக்காரி போல் சிரித்துக்கொண்டிருந்த ஆல்பெர்டைன் முதல் தடவையாக அவர் பக்கம் திரும்பித் தயங்கியவாறு சொன்னாள். 'நல்ல நாளாக அமையட்டும்.' பின்னர் ஒரு தடவை, 'பசியினால் நான் எல்லாப் பற்களையும் இழந்து கொண்டிருக்கிறேன்.' அதற்கு அடுத்தநாள் 'எப்பவும் வலிக்கிறது, இதோ இங்கேயும் . . .' இப்படிச் சொல்லி அவள் தன் நெஞ்சின் மீது கையை வைத்தாள் . . . ஆனால் இதைத் தவிர அவள் எப்போதும் சிரித்துக்கொண்டேயிருந்தாள் . . . எங்களது உற்சாகம் குறையாதவாறு பார்த்துக்கொண்டாள். இவ்வாறு: 'உறவுகளே, ஒருநாள் இந்த யுத்தம் முடிவுக்கு வரும். அந்தச் சாம்பல் பேன்கள்* நசுக்கப்படுவார்கள், நாமும் அப்போது நமது தளர்ந்துபோன கால்களை வைத்து ஊஞ்சலாடக் கற்றுக்கொள்வோம். ஆனால் நான் பயப்படுவதெல்லாம் அப்போது இரண்டு ஆல்பெர்டைன் ஸ்பாயின்ஸ் இருப்பார்கள் என்பதுதான், நான் இப்போதே இரண்டாகப் பிளந்துகொண்டிருக்கிறேன் என உணர்கிறேன்.' இப்படியாக அவள் தன் இதயத்துக்கும் ஊக்கம் கொடுத்துக்கொண்டிருந்தாள்.

---

* ஜெர்மானிய ராணுவ வீரர்கள்

இதயத்துக்கு ஊக்கம், மேலும், மேலும். சில நேரங்களில் தெருமூலையில் சூப் கிண்ணத்தோடு நினறுவிட்டு எங்களுக்குப் பின்னால் இருந்து சத்தம் கொடுப்பாள். 'கொஞ்சம் நில்லுங்க, எனக்காகக் காத்திருங்க.' நாளாக நாளாக அவள் கடைசியில் கேட்டது, 'கொஞ்சதூரம் என் சூப்பை யாராவது கொண்டு வருவீங்களா?'

அப்புறம் ஒருநாள் அவளை, அவள் இதய மருத்துவரைப் பார்க்கப் போகும் வழியில் சந்தித்தேன். அப்போதுதான் கிளம்பிச் சென்றுகொண்டிருந்த டிராம் ஒன்றை நான் பார்த்துக் கொண்டிருந்தபோது தெருமுனை வளைவில் இரைக்க இரைக்கத் தன் பல்போன வாயினால் மூச்சு வாங்கிக்கொண்டு டிராமைப் பிடிப்பதற்காக அவள் ஓடி வந்தாள். டிராம் போய்விட்டதா என்று கேட்க முயன்றாள், ஆனால் முடியவில்லை, ஒரு சுவரில் தளர்ந்து சாய்ந்து அவளை அவள் வீட்டுக்கு நான் கூட்டிச்செல்ல முடியுமா என்று கேட்டாள். கருமம், ஒரு கறுப்புச் சட்டைக்காரன் அப்போது அங்கு வந்து, அவள் தனது தலையை ரொம்பச் சிரமத்தோடு உயர்த்தும்போது அதட்டினான். 'அங்குமிங்கும் சுற்றாதே.' அப்புறம் அவள் இதயத்தின் பிரச்சினையானது முற்றிப்போன புற்றுநோய் என்று அறியப்பட்டு அதை அப்படியே அகற்ற வேண்டியதுதான் என்றானது. அவள் ஆஸ்பத்திரியில் சேர்ந்தாள், ஆனால் நான்கு வருடப் பசி அவளை அதிகமாக உருக்குலைத்துவிட்டது. அவள் மறுபடியும் வீட்டுக்குத் திரும்பவேயில்லை. ஆங்கிலக் கால்வாய்க்கு அந்தப் பக்கமிருந்து எங்கள் நண்பர்கள் பெல்ஜியத்துக்கு வந்துசேர்ந்த அந்த தினத்தில் அவள் மருத்துவமனையில் செத்துக்கொண்டிருந்தாள். மேலும் திருமதி பெரன்ஸ், திருமதி லாமென்ஸ் – இப்போது அவளும் போய்ச் சேர்ந்துவிட்டாள் – நான் எல்லாரும் அவளுடைய மரணப் படுக்கையைச் சுற்றி நின்றிருந்தோம், அவளைச் சாய்வாக உயர்த்திவைத்து அவளிடம் சொன்னோம், 'அவர்கள் நம் கரையில் இறங்கிவிட்டார்கள்.' அவள் ஒரு கணம் தலையை உயர்த்தி எங்களைப் பார்த்தாள், அப்புறம் சொன்னாள். 'ஹா என்னுடைய ஆரஞ்சுப் பெட்டிமேல் ஒரு பெல்ஜியக் கொடியைப் போர்த்துங்கள்.' மாலைக்குள் இறந்துபோனாள்.

மேலும் ஜெர்மானியர்களுடன் குலாவிக்கொண்டிருந்த அவன் பெயரென்ன, புத்தி பேதலிக்கும் அளவுக்குக் குடித்து விட்டு வீட்டுக்கும் வரும்போதெல்லாம் அவனது மனைவியை உள்மேலாடையோடு வீட்டுக்கு வெளியே தள்ளிவிடுவானே, மேலும் ஹிட்லர் வாழ்க என்று சொல்பவர்களுக்கெல்லாம் 'தண்ணி' வாங்கிக் கொடுப்பானே, இரவு விடுதிக்குப் போய் ஒரே

மாலைப்பொழுதில் 50,000 பிராங்குகளைக் காலி பண்ணுவானே, – ஏனெனில் சாதாரண தச்சனாக இருந்தவன் இப்போது உள்ளூர் மரவினியோக அதிகாரியாகப் பதவி உயர்த்தப்பட்டிருக்கிறான் – அவன் இருக்கிறான்.

மேலும் என் பெற்றோர்கள் சொல்கிறார்கள், 'இது ஒரு மின்னல் வேக அதிரடித் தாக்குதல் ஆதலால் நீண்டநாள் தாங்காது' – நிச்சயம் நீண்டநாள் **தாங்காது**, ஏனெனில் நாங்கள்தான் ஏற்கெனவே எங்கள் வீட்டை வைத்துக் கடன் வாங்கிவிட்டோமே. அவர்கள் எதிர்பார்ப்பை அளவுக்குள் வைப்பதற்காக, 'அதிரடித் தாக்குதல் கொஞ்சம் நீடிக்கலாம்' என்று நான் சொல்ல, ஜெர்மானியருக்கு ஆதரவாகப் பேசுகிறேன் என்று திட்டு வாங்கினேன்.

மேலும், பாதிரியாரிடம் எங்கள் பகுதி மக்கள் தாங்கள் அவருடைய கோயிலுக்கு வராமல் வழிபாட்டுக்கு, தமது வீடுகளுக்கு அருகிலுள்ள சின்னக் கோயிலுக்கு போகலாமா என்று கேட்கிறார்கள். ஆனால் அவர் – இறுதியில் அவர் வழிநடத்தும் பிரார்த்தனைக்கு யாரும் இருக்கப்போவதில்லை – சொல்கிறார்: 'கூடாது அதில் என்ன வித்தியாசம்', மேலும் கேட்கிறார்: உங்கள் வீடுகளுக்குப் பக்கத்திலேயே நீங்கள் பிரார்த்தனை செய்வதால் விமானங்கள் குறைவான எண்ணிக்கையில் குண்டுகளைப் பொழியும் என நீங்கள் நிஜமாகவே நினைக்கிறீர்களா? அதற்கு மக்கள் சொல்கிறார்கள்: சின்னக் கோவிலை நாங்கள் பயன்படுத்துவதை நீங்கள் அனுமதிக்காவிட்டால் நாங்கள் அப்படியே தெருவில் வைத்து பிரார்த்தனை பண்ணுவோம். பாதிரியார் சொல்கிறார்: நான் அதைத் தடுப்பேன், உங்கள் எல்லாரையும் விரட்டி அடிக்க ஏற்பாடு செய்வேன்.

மேலும் பொது ஒழுக்கங்கள் பயங்கரமான அளவுக்குச் சரிந்து கொண்டிருக்கின்றன, ஒரு வயதான விலைமாது, உலகம் எங்கேயோ போய்க்கொண்டிருக்கிறது என்று ஆச்சரியப்படுகிறாள். 'நானெல்லாம் தொழிலில் இருந்த நாட்களில் . . .'

மேலும் குழந்தைகள் ஒரு ஜெர்மானிய ராணுவக்காரனைப் பின்தொடர்ந்தவாறு அவன் நார்மண்டியிலிருந்தா திருப்பியிருக்கிறான் என்று கேட்கிறார்கள், 'ஆம்' அவன் சொல்கிறான், 'ஆனால் புதிய தளவாடங்களோடு சீக்கிரம் நாங்கள் அங்கு போவோம்.' அவன் அவர்களுக்கு ஒரு ஐஸ்கிரீம் வாங்கித் தருகிறான், ஒன்றே ஒன்றுதான், மொத்தக் கூட்டமும் அதை ஒரு தடவை நக்குவதற்குக் கேட்கிறார்கள். அவர்கள் நக்க வேண்டும்

என்று கேட்பது அவனுக்குக் தெரிகிறது, அது ஜெர்மன் மொழியில் நக்கக் கேட்பதைப் போலவே ஒலிப்பதால் அவன் அவர்களிடம் சொல்கிறான்: 'எல்லோரும் நக்குங்கள்.' குழந்தைகள் அவனிடம், 'அப்படியானால் அவனுக்குப் பிளெமிஷ் மொழி தெரியுமா? ஜெர்மனியில் அவர்கள் குண்டு போட்டுக் கொண்டிருப்பது தெரியுமா?' எனக் கேட்கிறார்கள். அப்புறம் குயுலேயின் மகனைச் சுட்டிக்காட்டிச் சொல்கிறார்கள்: 'அவன் ஒரு கறுப்புச் சட்டை எவ்வளவு கர்வமாக இருக்கிறான் பாருங்கள்.'

முதலாம் மணி

கடந்த சில இரவுகளாக எங்களால் உறங்க முடியவில்லை, வழக்கமாகப் பின்வாசலுக்குப் பக்கத்தில் சாய்வு நாற்காலியில் எனது கால்களை ஒரு போர்வையால் மூடி, வானத்து விண்மீன்களைப் பார்த்தவாறு, சிகரெட்டைப் புகைத்தபடி வெகு தூரத்திலிருந்து வரும் விமானங்களின் உறுமலைக் கேட்டுக்கொண்டு இருப்பேன். சிலவேளைகளில் வீட்டுக்குள் போய் ஆங்கில வானொலியில் வரும் அறிவிப்புகளைக் கேட்டு வருவேன். எல்லா நிகழ்வுகளின்போதும் – அவர்களுடைய மன்னர் இறந்தபோது அல்லது வேறு ஏதாவது சமயங்களில் – அவர்கள் வழக்கமாகப் போடும் இசையை – டரரராபூம் – நள்ளிரவுக்குச் சற்று முன்பு, நான்கு வருடங்கள் ஆன பிறகு, இப்போது கேட்டதும் என் இதயம் துள்ளி எழுந்து வாய்க்குள் அடைத்துக் கொண்டதுபோல் இருந்தது: 'நமது படைகள் பெல்ஜிய எல்லையைத் தாண்டியுள்ளார்கள்' என்று அவர்கள் அறிவித்தார்கள். என் மனைவி, என்னிடமிருந்து அப்போது சிகரெட்களை எடுத்துக் கொண்டவள், ஒரு காதை விமானங்களின் சத்தத்துக்காக தீட்டிக்கொண்டு பின்கதவை சாத்தாமலே உள்ளே வந்து என் அருகில் நின்றாள். என்ன அலட்சியம்! ஜெர்மானியர்கள் வண்டிகளை ஓட்டிக்கொண்டு எங்களைக் கடந்துபோகும்போது நான் கேட்டேன், 'காயம் பட்டவர்களை அடைத்துக் கொண்டு அந்த வண்டி இன்னும் அங்கேயே நிற்கிறதா?' அவள் சொன்னாள்: 'இல்லை, அது போய்விட்டது.' நான் அவளை ஏறெடுத்துப்

பார்த்தேன், சாம்பல் நிறக் கம்பளி உறையைத் தலைமீது சுற்றி என் மேல் கோட்டை அதன் காலர் தோள்மீது வளையமாக இருக்க அவள் நின்றிருந்தாள். நான் சொன்னேன், 'நீ ஒரு ரஷ்யாக்காரி மாதிரி தோன்றுகிறாய்.' ஆனால் அவள் சிரிக்க வில்லை: 'என் கண்கள் வெளியே விழுந்துவிடும் அளவுக்கு நான் அழுதுவிடுவேன், அன்பு லூயிசே, என் கண்கள் வெளியே விழுந்துவிடும் அளவுக்கு அழுதுவிடுவேன்.' அவள் அதைச் சொல்ல வேண்டிய அவசியமே இல்லை. அவள் ஏற்கெனவே அதைத்தான் செய்துகொண்டிருந்தாள். மேலும் நாங்கள் எவ்வளவு வேகமாகக் காப்பி போட்டுக் குடித்துவிட்டு அங்கு உலவும் செய்திகளைக் கேட்பதற்கு வெளியே வந்தோம். அவர்கள் அதோ! என என் மனைவி சொன்னாள், நிச்சயமாகக் கேட்கிறது, தங்களது ஆணிகளோடு கூடிய சப்பாத்துகளோடு அவர்கள் முன்னேறி வருவதை எங்களால் கேட்க முடிந்தது, நாங்கள் எங்கள் முன்கதவைத் திறந்த அதே வேளையில், காற்று எதிர்த் திசையில் வீசிக்கொண்டிருந்ததால் அடுக்கு மணிஓசை மிக மெலிதாகக் கேட்டது. என்ன அது? சந்தோஷ ஆரவாரம்போல் ஒலித்தது. மேலும் அந்த வேளையில் ஆட்கள் எங்கள் தெருவில் அணிவகுத்துச் செல்வதும் நடந்தது, திடீரென்று ஒரே நேரத்தில் பார்ப்பதற்கும் கேட்பதற்கும் எக்கச்சக்கமாக இருந்தது. ஆனால் பார்த்தது, இன்னும் ஜெர்மானியர்களாக, இருவர் இருவராகத் தோள்கள் இணையாக வீடுகளுக்கு முன்னால் போவதைத்தான். நாங்கள் மூச்சைப் பிடித்துக்கொண்டு இருட்டுக்குள் பதுங்கிக்கொண்டோம். 'வோர்வார்ட்ஸ்' அவர்கள் கத்தினார்கள். வசதியானவனாக இருந்து யுத்தம் தொடங்கிய பின் இறங்குமுகத்தைச் சந்தித்து யாரும் கவனிக்காதபோது துண்டு சிகரெட்டுகளைத் தெருவில் பொறுக்கிவரும் குள்ள திரு பைரிங் அவனுடைய வீட்டு ஜன்னலைத் திறந்து மூவண்ணக் கொடியை – அப்படித்தான் எங்களுக்குத் தோன்றியது, ஏனெனில் ஒரு கறுப்புத் துணிதான் எங்களுக்குத் தெரிந்தது – தொங்கவிட்டான். கொஞ்சம் தள்ளி ஆட்கள் நொண்டி சார்லட்டின் வீட்டு ஜன்னல்கள் எல்லா வற்றையும் அடித்து நொறுக்கிக்கொண்டிருந்தார்கள். அவன் முந்தைய யுத்தத்தின்போது யுத்தகளப் பள்ளங்களில் அந்த உடைந்த காலைப் பெற்றுக்கொண்டவன், இந்த யுத்தத்தின்போது கருஞ்சட்டையாளனாக மாறிவிட்டான். இதில் ஏதாவது அர்த்தம் இருக்கிறதா? மேலும் நாங்கள் மறுபடியும் காலடிச் சத்தங்களைக் கேட்டோம், 'கவனி' நான் சொன்னேன், 'யாரோ மார்செயில் பாடலைப் பாடுகிறார்கள்.' 'அநேகமாக அது புரோஸ்கேயும் அவன் மனைவியுமாக இருக்கலாம்' – என் மனைவி சொன்னாள். 'அவன் பெயரென்ன?' நான் கேட்டேன், 'அந்த அவன்

பெயரென்ன . . . சில வாரங்களுக்கு முன் படுக்கையிலிருந்து இழுத்துவரப்பட்டானே அவன்தான்.' அது நடந்தபோது அவள் அதைப் பற்றி என்னிடம் சொன்னாள், கண்கள் விரிய, கீழ் உதடு துடிக்க, எல்லாம் நன்கு மறைத்துவைக்கப்பட்டிருக்கிறதா என்று சுற்றுமுற்றும் பார்த்துக்கொண்டு, ஆனால் மறைத்து வைக்க என்ன விட்டுவைக்கப்பட்டிருக்கிறது? எரிப்பதற்கு எந்தப் புத்தகத்தை நாங்கள் விட்டு வைத்திருக்கிறோம்? ஒன்றுகூட இல்லை. என் ரத்தம் உறைந்துவிட்டது போலவும் எனது மூளை பந்தங்களைப்போல் வெடித்துச் சிதறுவது போலவும் முட்டியாக மடக்குவதற்கு எனக்குக் கைகள் இல்லாதது போலவும் இருந்தது. அவர்கள் நெருக்கமாக அணிஅணியாகப் போனார்கள், நாங்கள் குளிரில் நடுங்கிக்கொண்டே அவர்களுக்கு மகிழ்ச்சியைத் தெரிவித்தோம், இடுப்பு வார்பட்டைகளில் அந்தப் பையன்கள் கையெறிகுண்டுகளை வைத்திருந்தார்கள். அதில் பத்துப் பேர் தான் இருந்தார்கள். ஆனால் அந்த எண்ணிக்கை ஆங்கில டாங்கிகளில் இருந்த 990 பேரை வாழ்த்துவதிலிருந்து எங்களைத் தடுக்கவில்லை. நாங்கள் ஆங்கிலேயரை வாழ்த்தினோம், நாங்கள் அமெரிக்கர்களை, கனேடியர்களை, ஸ்காட்லாந்தினரை, வெள்ளைச் சேனைப் பையன்களை – அவர்களில் பலரை முந்தின நாள்தான் கருப்புச் சேனையில் பார்த்திருந்தேன் – வாழ்த்தினேன் ... மொத்தத்தில் நிறம் பார்க்கத் தெரியாத கண்களையுடையவர்களாக அந்தத் தருணத்தில் நாங்கள் இருந்தோம். அதுதான் முதலாவது மணி.

மேலும், ஆங்கிலேயச் சேனையிலிருந்து தப்பித்து ஓடியவர்களை நீங்கள் நினைத்த, உங்களால் சொல்ல முடிந்த, பதுங்கக்கூடிய இடங்களிலிருந்தெல்லாம் புளோரைன் மற்றும் எலிசேயின் வீட்டிலிருந்தும் இழுத்துவந்தார்கள்.

ஆனால் கிழக்குப் போர்முனையைப் பற்றி, படு உற்சாகமாக எழுதிக் குவித்த கவிஞர்களெல்லாம் தங்கள் காலுறைகளோடு எச்சரிக்கையாக வெளியே உற்றுப்பார்த்துவிட்டு மறுபடியும் விண்மீன்களையும் அவற்றின் தனிமையைப் பற்றியும் கடவுளைப் பற்றியும் அட கடவுளே, கடவுளைப் பற்றியும் சரியாகக் கிறிஸ்துவின் இடுப்புத் துணியில் ஒண்ணுக்குப் போய்விட்டு, எழுதப் போய்விட்டார்கள்.

மேலும், ஒரு ஊன்றுகோலுடன் நடக்கும் ஒருவன் – ஓடிக்கொண்டிருக்கும் ஊர்தியிலிருந்து விழுந்ததால் அவ்வாறு நேர்ந்தது என்று சொல்கிறார்கள் – எப்போதும் நான் வரும்போது

தெருவைக் கடந்து வருவான், ஏனெனில் அவன் என்னையும் ஒரு கவிஞன் என நினைத்துக்கொண்டிருக்கிறான். அவன் சொல்கிறான், 'கவிஞர்கள் எல்லாரும் முட்டாள்கள், மேலும் ஒரு கவிஞனுக்கும் வேசிக்கும் இடையே என்ன வேறுபாடு?'

மேலும், அவன் அப்படி நினைப்பது எனக்கு வருத்தமாக இருக்கிறது – கவிஞர்கள் வேசிகளைப் போன்றவர்கள் என்பதைப் பற்றி எள்ளளவும் கவலையில்லை – ஆனால் நான் கவிஞனாக இருக்கக்கூடும் என்று அவன் நினைப்பதுதான் வருத்தம்.

கொள்ளை லாபப் பேர்வழிகள்

நகரத்தின் விளிம்பில், கோடையில் ஊர் முழுவதும் சூழல் சீர்கேட்டை ஏற்படுத்தும் குப்பைக் கிடங்குக்கு அடுத்தாற்போல் மரம் அறுக்கும் தொழிற்கூடத்தைத் தாண்டி 'இங்கிலீஷ் ஷூ' என்ற பெயரில் ஒரு ஷூ தொழிற்சாலை நடத்திவரும் – யுத்தகாலம் முழுவதும் சப்பாத்துகள் முதலில் ரகசியமாக டோட் அமைப்புக்கும் பிறகு வெட்கமில்லாமல் ஜெர்மானிய ராணுவத்துக்கும் தயாரித்துக் கொடுத்த – திரு. ஸ்வாயிம் வாழ்கிறார். அவர்கள் தங்கள் ராணுவ வண்டிகளைத் தொழிற்சாலையின் மூடப்பட்டிருக்கும் வெளி வாசல்வரைக்கும் விளக்குகள் இல்லாத நேரங்களில் ஓட்டி வருவார்கள். குள்ளமாகவும் குண்டாகவும் மோசமான குணமும் கொண்ட அம்மாக்காரி ஜெர்மானிய அதிகாரிகளிடம் போய் ஒருவகையான ஜெர்மன் மொழியில் – அது ஜெர்மன் மொழி அல்ல, ஆனால் சற்று நாகரீகமான நாட்டுப்புற ப்ளெமிஷ் மொழி – ஏராளமான சைகைகளோடு ஒருவிதச் சிரிப்புடன் அசட்டுத்தனமாகச் சொல்வாள்: 'உங்களிடமிருந்து ஏகப்பட்ட லட்சங்களை நாங்கள் சம்பாதித்திருக்கிறோம் என்பதைக் கண்டுகொள்ளாதீர்கள், அதை வைத்து ஏற்கெனவே நாங்கள் மூன்று பியானோ, நான்கு மென்மயிர் கோட்டு, இரண்டு ரேடியோ வாங்கியிருக்கிறோம், ஒன்று முன்னறையில் எல்லா ஜெர்மானிய ராணுவ அதிகாரிகளும் எங்களோடு சேர்ந்து கும்மாளம் அடிப்பதற்கு இன்னொன்று மாடியில் அப்பாக்காரர் ஆங்கில வானொலி நிலையங்களில்

லூயிஸ் பால் பூன்

எங்கள் பணத்தை வைத்து என்னென்ன செய்ய முடியும் என்று கேட்பதற்கு.' அவள் போலவே குண்டாகவும் மோசமான குணமும் கொண்ட அப்பாக்காரர் – ஒவ்வொரு நாளும் தன்மீது எஞ்சியிருந்த குள்ளப் பள்ளி வாத்தியார் ஸ்வாயிமின் அடையாளங்களை உதறிவிட்டு கனவான் ஸ்வாயிம் ஆவதற்கு தனக்குள்ளே போராடிக்கொண்டிருந்தவர் – தொழிற்சாலையின் ஒரு பக்கத்திலிருந்து இன்னொரு பக்கத்துக்கு ஒரு குண்டு சுருட்டைத் தோரணையாகப் புகைத்துக்கொண்டே போவது வழக்கம், ஆனால் ஒவ்வொரு வானொலி அறிவிப்புக்குப் பிறகும் ஆங்கிலேயர்கள் என்ன அறிவித்தார்கள் என்பதை மற்றவர்களிடம் சொல்லிவிட வேண்டும் என முன்வாசலுக்கு அவர் விரைவதை அவரால் அடக்க முடிவதில்லை. பக்கத்து இடத்தில் வசித்துக்கொண்டு ஜெர்மானிய ராணுவத்துக்கு டயர்கள் விற்றுப் பெரும் பணம் சம்பாதித்துக்கொண்டு, ஒவ்வொரு மதிய சாப்பாட்டுக்கும் கோழி அல்லது முயல் சாப்பிட்டுவிட்டு, எப்போதாவது சுட்ட மாட்டிறைச்சித் துண்டோ பொரித்த உருளைக்கிழங்கோ கிடைக்காவிட்டால் தனது துரதிர்ஷ்டத்தை நொந்துகொள்ளும் பூனைத் தவிர, ஆம், இந்த பூனைத் தவிர, புறநகர்ப் பகுதி ஏழை மக்கள் மட்டுமே – அவர்கள் எப்போதும் யோசித்துக்கொண்டிருப்பது; 'யுத்தம் முடியட்டும், நாங்கள் உன்னைச் சிறையில் தள்ளப்போகிறோம்' – திரு. ஸ்வாயிம் சொல்லும் அறிவிப்புகளை மரியாதையோடு கேட்டுக்கொள்வார்கள். இதெல்லாம் பூன் ஒரு ஆங்கிலேயப் பிரியனாக இருப்பதைத் தடுக்கவில்லை; 'வாய்ஸ் ஆப் அமெரிக்கா' வானொலியைக் கேட்டுவிட்டு அவன் சொல்லுவான், 'அவர்களிடம் பறக்கும் கோட்டைகள் இருக்கின்றன; ஜெர்மன் விமானங்கள் அவற்றில் மோதித் துண்டுதுண்டாகச் சிக்கிக் கொள்ளும்; துண்டுகள் தொங்கியவாறே அமெரிக்கர்கள் அமெரிக்காவுக்குத் திரும்பிச்செல்வார்கள், ஏனெனில் அந்த அமெரிக்கர்கள் அவ்வளவு பலம் பொருந்தியவர்கள்.' இதைச் சொல்லியவாறே ஒரு கிலோ *400* பிராங்குகள் என விற்கும் திராட்சைகளில் ஒரு கொத்தை, சாறு அவன் நாடியில் வழிய, வாயில் அமுக்கிக் கொள்வான். அப்புறம் திரு. ஸ்வாயிம் சொல்லுவார், அவர்கள் ஜெர்மானியர்களுக்கு நரகத்தைக் கொடுக்க வேண்டும் ஏனெனில் அவர்கள் தேவிடியாமக்கள், நான் என்ன சொல்கிறேன் என்பது எனக்குத் தெரியும், நானே சென்ற யுத்தத்தின்போது போர்க் கைதியாக இருந்தவன். மேலும் தனது குண்டுக் கையை வாய்க்கருகே வைத்து ரகசியம் சொல்ல வருவதுபோல – அது குப்பை கிடங்கைத் தாண்டியும் எல்லாருக்கும் கேட்கும் – மேலும் சொல்வார், 'நான் வெள்ளைச் சேனையினருக்கு *10000* பிராங்குகள் கொடுத்தேன்.' அப்புறம்

எனது சிறு யுத்தம் ❈ 95 ❈

திடீரென்று நாடு விடுவிக்கப்பட்டுவிட்டது, நகரத்தின் விளிம்பில் ஒரு பெருவிழாபோல ஆகிவிட்டது. ஷூ தொழிற்சாலையில் ஒரு கொடி தொங்கவிடப்பட்டிருந்தது பாருங்கள், எந்த அளவுக்குப் பெரிதென்றால் கட்டடத்தின் முன்பகுதி முழுவதையும் மறைத்துக்கொண்டு கழிவு மடை மட்டும் கொஞ்சம் தெரிகிற மாதிரி, பிறகு தொழிற்சாலைக்கும் பூனுடைய இடத்துக்கும் இடையில் ஒரு பதாகை கட்டப்பட்டிருந்தது, அதில் கண்ட வாசகம்: **வரவேற்கிறோம்**. பின்னர் வெள்ளைச் சேனையினரது வண்டி ஒன்று வரவேற்புப் பதாதைக்குக் கீழ் வந்து நின்றது, கையில் துப்பாக்கிகளோடு திரு. ஸ்வாயிம் இருக்குமிடத்துக்குள் போனார்கள், ஆனால் திரும்பி வெளியே வந்தார்கள், அவர்கள் உதடுகளுக்கு இடையே குண்டு சுருட்டுகளோடு. அப்புறம் புறநகர்ப் பகுதி மக்கள் ஸ்வாயிமைச் சிறையில் தள்ளிவிட்டார்களா? இல்லை, எல்லாம் ஒரு சின்னத் தவறுதான். இப்போது அவர்களிடம் கேட்டீர்கள் என்றால் ஜெர்மானிய வண்டிகளில் சப்பாத்துகள் ஏற்றப்பட்ட ஞாபகம்கூட அவர்களுக்கு இல்லை.

மேலும் சில பெண்கள் ஆங்கிலேயர்களும் தேவிடியாமக்கள்தான் என்று சொல்கிறார்கள். ஏனெனில் இவர்கள் வழக்கம்போல் தண்டவாளங்களில் நிலக்கரி திருடப்போகையில் அவர்கள் இவர்களை நோக்கி சுட்டுவிடுகிறார்கள், ஆனால் ஒரு முன்னாள் கருஞ்சட்டைக்காரன் ஆங்கிலேயரைக் குறை சொல்லும்போது அதைப் பொறுத்துக்கொள்ள மாட்டார்கள், ஏனெனில் அவர்கள் ஆங்கிலேயரைப் பழிப்பதுவும் கருஞ்சட்டையினர் ஆங்கிலேயரைப் பழிப்பதுவும் **வேறுவேறு விஷயங்கள்**.

மேலும் லூயிஸ் – அவன் ஒரு அராஜகவாதி, அவநம்பிக்கை வாதி, அழுக்குப் பிடித்த கிழவன் – சொல்கிறான், 'நாம் எல்லாரும் முழந்தாளிட்டு கனடாக்காரர்களிடமிருந்து விடுவிக்கப்பட வேண்டிக் கடவுளிடம் பிரார்த்தனை செய்ய வேண்டும்.'

மேலும் ஜெர்மனியில் வேலை செய்துவிட்டு ஒரு குழந்தையோடு – ஜெர்மானியனுக்கு பிறந்ததுதான் – திரும்ப வந்தாளே பிலோமின், இப்போதெல்லாம் பெர்லின்மீது குண்டுகளை வீச விமானங்கள் மேலே பறந்து செல்லும்போதே கனடாக்காரர்களுடன் நடனமாடப் போவாள், அவள் சொல்கிறாள்: 'சும்மா **முடிவில்லாமல்** *புலம்பிக்கெண்டிருக்க முடியாது.' உங்களால் முடியுமா என்ன?*

பாஸ்வெஸ் சகோதரிகளின் புகழ்

அந்தக் கொடூரமான நாட்களில் ரேடியோவை நோக்கி ஒரு அடி எடுத்துவைத்தால் போதும் என் மனைவி கேட்பாள்: நிஜமா இசை கேட்கும் நேரமா இது? நான் சொல்வேன்: இது பாஸ்வெல் சகோதரிகளாக்கும், அவர்கள் வெறும் இசையைவிடப் பிரம்மாண்டமானவர்கள் என்பதுபோல். ஏனெனில் இந்தப் பகுதி பாஸ்வெல் சகோதரிகளைப் போற்றும் துதிப் பாடலாகும். நான் சிறந்த கவிஞனாக இருந்திருந்தால் பாக், பீத்தோவன் ஆகியோரைப் புகழ்ந்து பாடியிருப்பேன் – அவர்களைப் பற்றிப் பேசினால் ஜனங்கள் வாயை மூடமாட்டார்கள் – அவர்களிடம் மக்கள் கடலை, வனங்களை, கடவுளைக் கண்டுகொள்கிறார்கள், ஆனால் எனக்கு கஸ்ட்நெஸ்ட்டில் இருக்கும் மரம் அறுக்கும்நிலையம்தான் நினைவுக்குவருகிறது. மேலும் இன்னும் பெரிய கவிஞனாக நான் இருந்திருந்தால் ஜாஸ் இசையின் புகழைப் பாடியிருப்பேன் – அழிக்கப்பட்டுவிட்ட நமது நிகழ்காலத்தின் ஆன்மாவைப் பற்றி, நமது பரிதவிப்பைப் பற்றி, நமது கடுங்கோபத்தைப் பற்றி, நமது இயலாமையைப் பற்றி, நம்மில் யாருமே தனித்தனியாக எந்த விஷயத்தைப் பற்றியும் ஆசுவாசப்பட முடியாத, ஆனால் வேறு எந்தத் தலைமுறையினரும் அல்லாது நாம் மட்டுமே சகித்துக் கழிக்க வேண்டிய நிகழ்காலத்தைப் பற்றி – ஓ, ஆம்ஸ்ட்ராங்*, நீயும் உன் எக்காள இசையும்! ஆனால் நான் சிறந்த கவிஞன் இல்லையே, நான்

---

* லூயிஸ் ஆம்ஸ்ட்ராங், அமெரிக்கக் கருப்பின ட்ரெம்பெட் ஜாஸ் இசைமேதை.

செய்ய முடிந்ததெல்லாம் எனது தெருவைப் பற்றிச் சில விஷயங்கள் சொல்லலாம், அதுவும் எனது தெருவில் நான் பிரபலமாக இருப்பதால், அதேவேளை பாஸ்வெல் சகோதரிகள் உலகம் முழுவதும் பிரபலம். துயரமான அந்த நாட்களில் ரேடியோ பக்கம் சென்று, கிறீச்கிறீச் ஒலி இடையூறுகளை விலக்கி நீங்கள் பாடுவதைக் கேட்டால், ஐயோ, பாஸ்வெல் சகோதரிகளே, இந்தக் காலத்தில் வாழ்வதற்காக நான் நன்றிக்கடன்பட்டிருக்கும் நிலைக்கு அருகில் வந்திருக்கிறேன். ஒலி இடையூறுகளுக்கு இடையில் உங்கள் பாடல்களைக் கேட்டேன், அதை விவரிக்க முடியவில்லை, வரிகளை நான் எழுதி வைத்திருக்க வேண்டும், பின்னர் அவைமேல் ட்வீட் ட்வீட் ட்வீட் என்று குறித்துவைக்க வேண்டும். அப்புறம் ஒரு தடவை நீங்கள் பாடத் துவங்கிய வேளையில் ரகசிய போலீசார் வந்தார்கள், எப்படியே அவர்கள் அதைக் கவனிக்கவில்லை, எனது அடையாள ஆவணங்களை மட்டும் கேட்டார்கள், மறுபடியும் போய்விட்டார்கள், அவர்கள் போன பின் பயத்தில் வெளிறிப்போயிருந்த நான் நினைத்தேன், இதைப் பற்றி ஒரு நாவல் என்றேனும் எழுதப் போகிறேன் என்று. ஆனால் அது எந்த சுவாரஸ்யமும் இல்லாததாகிவிட்டது, அதைப் பற்றி மூன்று வரிகூட என்னால் எழுத முடியவில்லை, ஆனால் உங்களைப் பற்றி மட்டும் மூன்று லட்சம் வரிகள் என்னால் எழுத முடியும். அப்புறம், பின்னால் நாங்கள் சுலபமாக மூச்சுவிட முடிந்த பிறகு இங்கிலாந்திலிருந்த சுதந்திர டச்சு வானொலியிலிருந்து மறுபடியும் நீங்கள் பாடிக் கேட்டபோது, ஐயோ அன்புக்குரிய பாஸ்வெல் சகோதரிகளே, எனக்கு பாக், பீத்தோவனைவிட நீங்கள் மேலாகப்படுகிறீர்கள். மேலும் இன்னொன்றையும் உங்களிடம் சொல்ல வேண்டும்,

ஆனால் அதை வேறு யாரும் கேட்பதை நான் விரும்பவில்லை... ஆக அதை நான் எப்படிச் சொல்வது? அதை ஒரு புத்தகத்தில் நான் எழுதுவேன், நீங்கள் அதை வாசிக்கப் போவதில்லை, ஆனால் எப்படியோ அதை நீங்கள் வாசிக்கக் கூடும்... யாருக்குத் தெரியும்... உங்களிடம் என்ன சொல்கிறேன் என்றால், நான் அதை விரைவாக எழுதுவேன், பின்னர் அதை வேறு யாரும் அல்லாமல் நீங்கள் மட்டுமே வாசிக்கவென்று கைகளால் மூடிவைத்துக் கொள்வேன், நீங்கள் பாடுவதைக் கேட்டேன், வெகு தொலைவிலுள்ள ஏதோ ஒன்று என்னுள் அசைந்தது, பிறகு என் மனைவி என்னிடம் கேட்டாள்: உங்கள் கண்கள் ஏன் இவ்வளவு ஈரமாக இருக்கின்றன?

மேலும் உட்கார்ந்து பேசிக்கொண்டிருக்கும் மூன்று வயதானவர்களிடம் நெகிழ்ச்சியான விஷயம் ஒன்று உண்டு,

ஒரு முதியவர் கேட்கிறார், இப்போதைக்கு அவர்களுக்கென்று என்ன கேளிக்கைதான் எஞ்சியிருக்கிறது. மற்ற இருவரும் அங்கே உட்கார்ந்து தலையை அசைத்துக்கொண்டிருக்கிறார்கள், ஒருவேளை அவர் என்ன சொல்கிறார் என்பது அவருக்கே தெரியாது என்று நினைத்துக்கொண்டே,

நான் யோசிக்கிறேன், அந்த வயதானவரின் தலையில் எது கேளிக்கை என உருவாக்கம் பெற்றிருக்கிறது என்று.

கடைசி ஆள்

வெள்ளிக்கிழமை பிற்பகலில் ஸ்டாலின் அவென்யுவில் கனடா நாட்டு இளம் பெண்களோடு ஒரு வண்டி வந்து நிற்கிறது. நேச நாட்டுத் துருப்புகள் எங்களைக் கடந்து செல்லும்போதெல்லாம் என் மனைவி, அடுப்பிலிருக்கும் பாத்திரத்தைக் கவனிப்பதை விட்டுவிட்டு முன்வாசலுக்கு வந்து அவர்களை நோக்கி உற்சாகக் குரல் எழுப்புவதை அவளது முட்டாள்தனம் என்று எப்போதும் நினைப்பேன். ஆம், இப்போது போய்க்கொண்டிருப்பது ஸ்காட்லாந்தினர், அவள் சொல்கிறாள், அது என்னமோ பெரிய மாற்றத்தை செய்துவிடப் போகிறது என்பதைப்போல அடுத்த நாள் அது ஆப்பிரிக்க அமெரிக்கர்கள் அல்லது அமெரிக்க மண்ணின் மைந்தர்கள், யாராக இருந்தாலும் ஒரு சிப்பாய் சிப்பாய்தான். ஆனால் இப்போது, ஸ்டாலின் அவென்யுவில் கனடா நாட்டுப் பெண்கள்; நான் சொன்னேன், நான் தெருவுக்கு ஏற்கெனவே வந்துவிட்டேன். அவர்கள் தங்கள் வண்டிக்குள் இருந்து வெளியே குதித்தார்கள், புகைத்துக் கொண்டும் பேசிக்கொண்டும் ஒரு காப்பிக் கடையைத் தேடி அங்குமிங்கும் பார்த்தார்கள், கண்களில் பட்டதெல்லாமே அவர்களுக்கு சுவாரசியமாக இருந்தது. எப்படியோ வெகு தொலைவிலுள்ள கனடாவிலிருந்து சுவாரசியமான எதையாவது பார்க்கவென்றுதானே அவர்கள் இங்கு வந்திருக்கிறார்கள், ஒருவேளை அவர்கள் இங்கே வந்த பின்பு இங்கு எல்லாம் சரியாக சாதாரணமாக இருக்கின்றன, குளிராகவும் பனிமூட்டமாகவும்

லூயிஸ் பால் பூன்

சோகமயமாகவும் இருக்கின்றன என்பதைக் கண்டு பிடித்திருக்கலாம். பூட்ஸ் கால்களோடும், சீருடைகளோடும் சுருள் சுருளாக்கப்பட்ட தலைமுடியோடும், பளபளக்கும் கண்களோடும் உதட்டுச் சாயத்தோடும் எல்லாரும் கத்தினார்கள்: நாங்கள் ஹிட்லரைத் தோற்கடிப்பதற்காக இங்கே வரவில்லை, மாறாக கொஞ்சம் உலகத்தைப் பார்ப்பதற்காக வந்திருக்கிறோம். அவர்கள் எங்கள் பகுதிப் பெண்களைப் போல் இருந்திருப்பார்க ளென்றால் கூடவே இதையும் சேர்த்துச் சொல்லும் தைரியம் இருக்கும் – ஒரு காதலனைக் கண்டுபிடிக்க வந்திருக்கிறோம்! நான் அவர்களுக்கு நன்றியுடையவனாக இருக்கிறேன், ஏனெனில் அவர்கள் உண்மையாகவே சீருடைப் பெண்கள் போல் இல்லாமல் பெண்களைப் போலவே இருக்கிறார்கள். கடைசி வண்டியில் சிகரெட்டு புகைக்காமல், எதுவும் பேசாமல், ஒரு பாசாங்கும் இல்லாமல் கடைசிப் பெண் உட்கார்ந்திருந்தாள் – ஏனெனில் அவளது எண்ணமாயங்களின் தீக்கொந்தளிப்பை முழுமையாகவும் உண்மையாகவும் வெளியே நிலவிய அலங்கோலத்தில் உலவ விட்டிருந்தாள், நான் அவளைக் கடந்துபோனேன், அவள் குளிரில் இருந்தாள், அநேகமாகத் தனது கால்விரல்களைக் காலணிகளுக்குள் மடக்கிக்கொண்டிருந்த அந்த வேளையில் வெளியே எட்டிப் பார்த்து எங்கள் தெருப் பெண் ஒருத்தியிடம் ஒரு பொட்டலத்தைக் கொடுத்தாள் – பெற்றுக்கொண்டவள் அதைத் தன் துப்பட்டாவில் மறைத்துக் கொண்டு சங்கடத்தோடு நன்றி என்று சொன்னாள். அவள், அந்த கடைசிப் பெண், உலகை வெற்றிகொள்ள வரவில்லை, ஆனால் பெல்ஜியத்தைச் சேர்ந்த ஒரு பெண்ணுக்கு ஒரு பொட்டலத்தைக் கொடுக்க வந்திருக்கிறாள். பிறகு நான் அவளைப் பார்த்தேன். அவளைப் புரிந்துகொண்டேன், எந்த அளவுக்கு என்றால் அவளை என் சொந்த சகோதரியாக நினைக்கும் அளவுக்கு – அவளுக்கு மேல் உதடு கோரையாக இருந்தது.

மேலும் ஏன், எப்படி என்று எனக்குத் தெரியவில்லை, அது நான் பார்த்த கடைசி ஜெர்மானியனை என் நினைவுக்குக் கொண்டுவருகிறது, அவன் என் சகோதரனாகவும் இருக்கக் கூடும், கொட்டிக்கொண்டிருந்த மழையில் அவன் ஒரு ஆங்கிலேய வண்டியில் உட்கார்ந்திருந்தான், அப்புறம் என்னை ஏறிட்டுப் பார்த்தான், பிறகு ஒரு சோகமான புன்னகையோடு தனது கட்டை விரலை உயர்த்தி – 'ஓகே!' ஆங்கிலேயர் செய்வதைப் பார்த்து அதேபோல் செய்தான்.

மேலும் அவர்கள் என்னை ஒரு இதழுக்கு எழுதச் சொன்னார்கள், அதே பத்திரிகைக்கு எழுதும் இன்னொருவர்

எனது பத்திகளைப் படித்துவிட்டுச் சொல்கிறார் 'அவர் எழுதுவது ஏற்கெனவே வந்துவிட்டது மாதிரி இருக்கக் கூடாது என்று'. நிச்சயமாக, நிச்சயமாக. எனது கட்டுரைகள் அவ்வப்போது வந்துவிட்டுப் போகட்டும், அது தீங்கில்லாத, கொஞ்சம் விரசமாக, நகைச்சுவையாக ஏதோ ஆசுவாசத்தைத் தருகிறது, ஆனால் அடிக்கடி வரவேண்டாம், மக்கள் இறுதியில் இவரும் அதே மாதிரியான எழுத்தாளர் என்ற முடிவுக்கு வந்துவிடக்கூடும்.

நீதி

ஏதாவது ஒன்று வெள்ளையாகத் தெரியும் போது அதைக் கறுப்பு என்று சொல்ல நேரிட்டால், அதைவிட புரோஸ்கே செத்துப்போவான் என்பது எங்களுக்கு எப்போதும் தெரியும். இதனால் அவன் சிக்கிக்கொள்ளும் சங்கடங்கள் எல்லாம் எங்களுக்கு வயிறு குலுங்கும் சிரிப்பை வரவழைக்கும் அவன் சொல்வான்: என்னது? பிறகு நெஞ்சை நிமிர்த்திக்கொள்வான், எதிர் நபரைத் தன் பக்கம் திருப்புவான் அல்லது தொழிற்சாலை மேலாளரை முகத்தில் குத்துவான் அல்லது தன் மனைவியைத் தெருவில் வீசுவான். கறுப்பு கட்டிக் கறுப்பாகவோ வெளுத்த கறுப்பாகவோ இருக்கும் வாய்ப்பு உண்டு என்று உணர்ந்துகொள்ளும் அடிப்படைப் புத்தி அவனுக்கு நிச்சயமாக இல்லை. பின்னர் யுத்தம் வந்தது, அவனுக்குள் பொங்கியெழுந்த உணர்ச்சி மாற்றங்கள் எந்த அளவுக்கு மூர்க்கமாக இருந்த தென்றால் அவனுடைய எண்ணங்களை முன்பை விடத் தெளிவாகச் சொல்ல முடியாதவனாகி அவற்றை அவன் மற்றவர்களிடம் இடிக்க வேண்டி யிருந்தது. ஒவ்வொரு சனிக்கிழமை பிற்பகலிலும் ஏதாவது புதிய செய்தித்தாள் கட்டுகளோடு – ஸ்டாலினுடைய சமீபத்திய சொற்பொழிவு, சோவியத் யூனியன் பற்றிய கேன்டர்பரி டீனின் பேச்சு, விடுதலைபெற்ற பெல்ஜியம், சிவப்பு விண்மீன் – தோன்றுவான், மேலும், ஒருமுறை தானே பத்திரிகை தொடங்கவும் முயற்சி செய்தான் – "மாஸ்கோ – லண்டன் அழைக்கிறது" – அதனுடைய அடையாளச் சின்னத்தை வரைவதற்கு நான்

பணிக்கப்பட்டேன், அதை அவன் எப்படி விரும்புகிறான் என்பதை எனக்கு விளக்கினான்: ஒருபுறம் முஷ்டி, மறுபுறம் விரிந்த இருவிரல்கள், நடுவில் உலக நாடுகள் சபையின் விண்மீன். அவன் சொன்னான், 'நானே வரைந்துவிடுவேன், ஆனால் எனக்கு நேரமில்லை.' ஆனால் வடிவமைப்பு முடிந்த பிறகு அவன் அங்கு வரவே இல்லை – முதல் இரண்டு வாரங்கள் அதை மறந்துவிட்டான், அடுத்த இரண்டு வாரங்களுக்கு சிறையில் அடைபட்டு இருந்தான். ஆ, இறுதியாக வெளியே வந்தான். அவன் இறவாப் பிறவி, பிரச்சினைகளை ஏற்படுத்துவது அவன் விதி. ஆயிரம் சித்திரவதைப் போலீசாலும் அவன் அவ்வாறு செய்வதைத் தடுக்க முடியவில்லை. அவர்கள் அவனை தீர்த்துக் கட்டியிருந்தாலும் அவன் ஆவி யுத்தத்துக்குப் பின் எங்கள் மத்தியில் முறுக்கிக்கொண்டு வந்து நின்று கத்தும்: என்னது?

அங்கே, அந்த மறக்க முடியாத காலையில் ஜெர்மானியர்கள் இறுதியாக ஓட்டம் பிடித்தபோது ஒரு சப்மெஷின் துப்பாக்கியைக் கக்கத்தில் வைத்துக்கொண்டு நடந்துகொண் டிருந்தான் – என்னைப் பார்த்து கையசைத்துக்கொண்டு, சிரித்துக்கொண்டு – மேலும் தனது மகத்தான கருஞ்சட்டையினர் களையெடுப்பு நடவடிக்கையைத் தொடங்கும் வேளை தான் வளைத்துப் பிடிக்கப்போகும் கைதிகள் அத்தனை பேரையும் வைக்க முடியாத அளவுக்குச் சதுக்கத்திலிருக்கும் போர்வீரர் குடியிருப்பு சிறியதாக இருக்குமே என்ற பதற்றத்தில் கால்களை மாற்றிமாற்றித் துள்ளி நடந்துகொண்டிருந்தான். ஆனால் படிப்படியாக இறுக்கம் தளர்ந்தான். சனிக்கிழமை பிற்பகல்களில் சில நிமிடங்கள் அவன் வந்து நின்று எங்களிடம் தன்னுடைய சிரமங்களைச் சொல்ல ஆரம்பித்திருந்தான். அவன் சொன்னான், 'நாம் அரசியல் கைதிகள்' – அவன் முன்பு வழக்கமாகச் சொல்வது போல – 'எந்த இதுவாகவோ அதுவாகவோ இருந்தாலும் நாம் எல்லாரும் காலத்தின் கையில் விடப்பட்டவர்களா இருக்கிறோம் . . . மேலும் ஒரு நீதியும் இல்லை, இல்லை, எதுவுமே, எதுவுமே . . .' அவன் சொன்னான், 'அவன் பெயரென்ன, உங்களுக்குத் தெரியுமே, அவன் பெயரென்ன, தொழிற்சாலை யின் தலைமை ஆள், அவனை விடுதலை செய்துவிட்டார்கள், எனவே அவன் சுவிட்சர்லாந்துக்குக் குடிபெயர்ந்து விடலாம், உங்களால் நம்ப முடிகிறதா, ஆனால் சில்லரைகளெல்லாம் சிறையில் இருக்கிறார்கள், இதையெல்லாம் பேசுவதில் அர்த்த மில்லை . . .' நான் புதிதாக ஒரு புகாரைச் சொல்வதற்குப் பொருத்தமான ஒரு தொடக்க வார்த்தைக்காகத் தயங்கும் வேளை அவன் குறுக்கிடுவான், – அது அவனது குரலுக்கு ஒரு சோகமான தொனியைக் கொண்டு வரும், அதை எதில்

சேர்ப்பது என்பது சிரமம் – 'இப்போது நாம் நமது ஆயுதங்களை ஒப்படைக்க வேண்டுமாம்! ஒரு பக்கம் நான் கைது செய்த ஆட்களை எல்லாம் விடுவித்துக்கொண்டிருக்கிறார்கள், இன்னொரு பக்கம் என்னிடமிருந்து ஆயுதங்களை எடுக்கிறார்கள் ... நீங்கள் ஏதாவது இரவில் எங்கள் வீட்டுக்குப் பக்கத்தில் வருவீர்களேயானால் எனக்கு ஒரு உதவி செய்ய வேண்டும், நீங்கள் கடந்துபோகிற பள்ளங்களை உற்றுப் பார்த்துவிட்டுப் போங்கள், என் வயிற்றில் குண்டு பாய்ந்து நான் அவற்றுள் ஒன்றில் விழுந்து கிடக்கவில்லை என்பதை உறுதி செய்துகொள்ளுங்கள்.'

பின்னர் உண்மையில் நடந்தது என்ன என்பது எனக்குத் தெரியாது, ஏனெனில் நான் தெரிந்துகொள்ள விரும்பவும் இல்லை, ஆனால் புரோஸ்கே மறுபடியும் ஜெயிலில். பிறகு ஒருநாள் வாசல் மணிச் சத்தம் கேட்டேன், அவன் மறுபடியும் அங்கே நிற்கிறான். இப்போது யு.மு. யு.கா. யு.பி.அ.கை.ச உறுப்பினன் – யுத்தத்துக்கு முன், யுத்த கால, யுத்த பிற்கால அரசியல் கைதிகள் சங்கம்.

மேலும் ரேடியோவில் அந்தக் கவிஞர்கள் சூரியனுக்குக் கீழே உள்ள எல்லாவற்றையும் பற்றி, அவர்களது கலை பற்றி, அவர்களுடைய அகத்தூண்டல்கள் பற்றி மேலும் அவர்களுடைய கடவுளுக்கு மட்டுமே தெரியும் விஷயங்கள் பற்றியெல்லாம் உரையாற்றிக்கொண்டிருப்பதைக் கேட்கும்போதெல்லாம் அவர்களில் ஒருவரை இந்த விஷயங்கள் பற்றி யாராவது பேட்டி எடுக்கும்போது, முதல் கேள்விக்கே கல்லுளிமங்கன் முகத்தோடு அவர் பதில் சொல்லும்போது நான் கேட்க விரும்புவது, 'மன்னிக்க வேண்டும், உங்களிடம் கேட்கப்பட்ட விஷயம் முதலில் என்னவென்று எனக்குத் தெரியவில்லையே, ஐயா.'

மேலும் இந்தப் பக்கங்களை எல்லாம் படித்துக்கொண்டிருக்கும் ஜான் என்னிடம் எனது தட்டச்சுப் பொறியின் கமா விசை முறிந்துவிட்டதா என்று கேட்கிறான. 'நிச்சயம் இல்லை,' நான் சொல்கிறேன். 'அப்படியானால் ஏன் இவ்வளவு குறைவாகப் பயன்படுத்துகிறாய்?' அவன் கேட்கிறான்.'

புக்கன்வால்டிலிருந்து ஒருவன்

ஓ, ஒரு தீவிரவாதியா? தீவிரவாதி என்பவன் யாரென்றால் எவன் ஒருவன் ஒரு அராஜக வாதியைப் போல இரவில் தெருக்களினூடாக நகர்ந்து சென்று கையில் வெடிகுண்டோடு, நாராய்க் கிழிந்து கால்களைச் சுற்றித் தொங்கும் நீள் கால்சட்டைகளோடு தங்களது பிம்பத்தை உங்கள் வீட்டுக் கதவுப்பூட்டின் குமிழில் பார்த்து தலைமுடியைச் சீவிக் கொள்பவர்களில் ஒருவன். இந்த எண்ணம் எதுவரைக்கும் என்றால் உண்மை யான முதல் தீவிரவாதி என் வீட்டுக்குள் நுழைந்தது வரைதான். நான் அவனைப் பார்த்தேன். ஒரு நாகரீகமானவனாக, கொம்பு விளிம்புக் கண்ணாடி யுடன், இளஞ்சிவப்பு கோடுகள் உடைய கருநீலக் கழுத்துப் பட்டையும் அணிந்திருந்தான். பிறகு என் மனைவி என்னிடம் நினைவூட்டிச் சொன்னது: 'இதே மாதிரி கழுத்துப்பட்டை ஒன்றை நீ வாங்க வேண்டும்.' இதெற்கெல்லாம் சிகரம் வைத்தது போல் காப்புரிமையுள்ள ஷூக்கள் அணிந்திருந்தான். தனது பெயர் அந்த்ரே எனச் சொன்னான், ஆனால் மற்றவர்களின் கவனத்தை அவனது தடயத்தி லிருந்து திசைதிருப்ப அவன் வைத்துக்கொண் டிருக்கும் ரகசிய பெயராகக்கூட அது இருக்கலாம். நான் முதலில் அவனது உடையை வைத்துத் தனது தடயத்திலிருந்து ஆட்களின் கவனத்தை திசை திரும்புகிறானோ என்று நினைத்தேன். ஏனெனில் தனது கால்சட்டை மடிப்பு கசங்கி விடாதவாறு மிகக் கவனமாக உட்கார்ந்தது அவனை ஒரு பகட்டுப்பேர்வழி என்ற எண்ண வைத்தது.

வியஸேயும் அங்கு உட்கார்ந்திருந்தான். பிறகு வந்தவனிடம் சொன்னான், 'அவர்கள் ஜெர்மனியை ஒரு பெரும் பள்ளக்குழி யாக மாற்றிவிட வேண்டும்' என்று. அதற்கு அந்த்ரே அதிர்ந்து போய் தனது கண்களை விரியத் திறந்து சொன்னான். 'அங்குள்ள பழைய கோயில்களையும் கோட்டைகளையும் அழிப்பது எல்லாருக்கும் துயரமாகிவிடும்.' 'எப்படியானாலும் அவையெல்லாம் குவியல் குவியலான பழைய கற்கள்தானே' என்று நான் மறுத்துச் சொன்னபோது, நான் அவனது காப்புரிமை பெற்ற ஷூக்களைப் பார்த்தது போலவே என்னை அவன் பார்த்தான். பிறகுவந்த நாட்களில், அவன் தலைமறைவாகிப் போவதற்கு முன்பு ஒரு அருங்காட்சியகத்தின் பொறுப்பாளனாக அவன் இருந்ததை அறிந்தேன். அல்லது அதே மாதிரி ஒரு வேலை – சிலர் தூசியுடன் வெற்றி பெறும் வாய்ப்பே இல்லாமல் போராடிக்கொண்டிருக்கிறார்களே அதுபோல் ஒன்று. ஆனால் ... பாருங்கள், அவனைக் கனகச்சிதமாக படம்பிடித்துக் காட்டும் ஒன்றை அடுத்ததாக எடுத்துவிடப் போகிறேன்: அவன் துறைமுகப் பகுதியில் இருந்த ஒரு தீவிரவாதியுடன் தொடர்பில் இருந்தான், அவள் – ஒரு பெண், உங்களுக்குத் தெரியுமா, அவர்கள் ஜெர்மானிய எதிர்ப்பு ரகசிய இயக்கத்தில் இருந்ததாலேயே அவர்களை எல்லாவிதமான பெயர்களைக் கொண்டும் அழைப்பார்கள், ஆனால் ஆண்களை அவ்வாறு அழைப்பதில்லை, எனக்கு அதில் என்ன வித்தியாசம் என்று தெரியவில்லை, ஒருத்தி தையல்காரி, இன்னொருத்தி தட்டச்சுக்காரி, மற்றொருத்தி விலைமாது – சொன்னாள்: 'ஓ, அந்த்ரேயா? அவன் எனக்கு நெருங்கிய தோழிபோல.'

ஆனால் அந்த்ரே கல்வாரிக்குப் போகும் அந்தச் சனியன் பிடித்த பாதையைத் தேர்ந்தெடுத்தான் – ரகசிய போலீஸ் தலைமையகத்திலிருந்து பிரீன்டோன்குக்கு, பிரீன்டோன்கி லிருந்து புக்கன்வால்டுக்கு – அங்கு புக்கன் வால்டில் அவர்கள் **மறுபடியும்** அவனைப் பிடித்துவிட்டார்கள். அவர்கள் உங்களைப் பிடித்துவிட்டால் அவ்வளவுதான் ... சிலுவை அடையாளத்தை நீங்களே உங்கள் மேல் வரைந்து விடவேண்டியதுதான். அவனுடைய கைகளை முதுகுக்கு பின்புறமாகக் கட்டினார்கள், பிறகு தூக்கு மேடைக்குக் கொண்டுபோனார்கள், அங்கே ... ஓ, என் நாக்குநுனி வரை வந்துவிட்டது 'அங்கு அவனது கடைசி கழுத்துப் பட்டை காத்துக்கொண்டிருக்கிறது', ஆனால் சொன்னால் அது ஒரு மாதிரியாக இருக்கும், குறிப்பாக எப்படி நூற்றுக்கணக்கான எங்களுடைய நல்ல ஜனங்கள் இதே போல் அவர்களது கைகள் பின்னுக்குக் கட்டப்பட்டுக் கொல்லப்பட்டனர் என்பதை நினைக்கும்போது. ஆனால் அவன்

அங்கே தயாராக நிற்கும்போது திடீரென்று அங்கு விமானங்கள் வந்தன, விமானத் தாக்குதல் அபாயச் சங்கொலிப்பான்கள் முழங்கின, அவர்கள் ஜெர்மானிய ராணுவக் குடியிருப்பு மீது குண்டுகளை வீச ஆரம்பித்தனர், எனவே எல்லாரும் அந்த்ரேயைத் தூக்குமேடை அருகில் தனியே விட்டுவிட்டு அங்கிருந்து ஓடினர். பிறகு விமானங்கள் போய்விட்ட பின்பு ஒளிந்திருந்த இடங்களிலிருந்து எல்லாரும் வெளியே வந்து அந்த்ரே எங்கே என்று பார்த்தார்கள், ஆனால் அவனைக் காணவில்லை, அவன் இறந்து கிடந்தவர்களோடு தன்னை மறைத்துக்கொண்டான், இறந்துபோன ஒரு பிரெஞ்சுக்காரனின் அடையாளத்தாள்களை எடுத்துக்கொண்டு தனது தாள்களை அவனுக்கு மாற்றிவிட்டான். இப்படி அந்த்ரே இறந்துவிட்டான். அவன் தலைமறைவாக இங்கு எங்களுடனும் பின்னர் அங்கு புக்கன்வால்டில் சட்ட விரோதமாக இரண்டாவது முறையாகவும் வாழ்ந்தான்.

இப்போது அவன் திரும்பி வந்திருக்கிறான், எச்சரிக்கையாக உட்கார்கிறான், ரொம்ப மரியாதையோடு, மேலும் எல்லாம் எப்படியிருக்கிறதென்றும் அவன் அங்கு எப்படிச் சமாளித்தான் என்றும் கேட்கிறேன். அவன் சொல்கிறான், புக்கன்வால்டில் நடந்த சம்பவங்கள் அவனை அடியோடு குறுக்கிவிட்டதாக: 'நான் இழிவு வேலைகளைச் செய்யவேண்டியிருந்தது, வேறு என்னவெல்லாம் என்னைச் செய்ய வைத்தார்கள் தெரியுமா!' அவன் சிவந்து போனான், சங்கடத்தில் அவன் தலை தொங்கிவிட்டது, மேலும் அவன் சொல்வது அவனுக்கே கேட்காத அளவுக்கு நிதானமாகச் சொல்கிறான். 'மலத்தை அள்ளிக் கொட்டினேன்.'

எப்படி அந்தப் பாவப்பட்டவன் அவை எல்லாவற்றையும் பார்க்கிறான். ஓ, கிறிஸ்துவே, திடீரென்று நீங்கள் மலம் கழிக்கிறீர்கள், பின்னர் எப்படியோ செத்துப்போகிறீர்கள்.

மேலும் கண்ணிவெடிகள் அகற்றும் பிரிவைச் சேர்ந்த சார்ஜென்ட் இருக்கிறானே, அவன் டிராமில் நளினமான, பொன்னிறத் தலைமுடி கொண்ட ஒரு பெண்ணுடன் அமர்ந்திருக்கிறான், அவளைக் கவர்வதற்காக அவளிடம் எப்படி அவர்கள் கண்ணிவெடிகளை வெடிக்கச் செய்கிறார்கள் என்று சொல்கிறான்: 'வெடிகள் வரை நாங்கள் மின்கம்பிகளை இழுத்துக்கொண்டுபோய் வைத்துவிட்டு ஒரு மறைவில் இருந்து கொண்டு அவற்றை வெடிக்கச் செய்வோம். பூம்.' அப்புறம் கை முட்டியை அப்படி இப்படி வலித்து ஒரு சைகை செய்தான். 'பிறகு ஜன்னல்கள் நாலா பக்கமும் உடைந்து சிதறும், ஹாஹா, ஆனால் சில வேளைகளில் மொக்கையாகவும் இருக்கும்.

'மொக்கை என்றால் என்ன?'

'நல்லது, வெடிக்காமல் இருக்கும் கண்ணிகள்தான் அவை, ஆனால் அவற்றையும் நாங்கள் என்னவென்று பார்க்க வேண்டும்.' அப்புறம் அவனது கட்டை விரலையும் மற்ற விரல்களையும் வைத்து ஒரு வடிவ மாக்கினான். படப்படப்பாகத் துடித்துக்கொண்டிருக்கும் ஒரு சிறிய இதயம். அந்த நளினமான பொன்தலைமுடியாள் தனது சந்தோஷ உறுமலைத் தொடங்கினாள்.

கொடி

பெல்ஜியச் சேனையில் கட்டாயச் சேவைக்காகச் சேர்க்கப்பட்டிருந்த நாங்கள், பெவர்லூ முகாமில் அவர்கள் எங்களோடு இணைந்து பெரிய அளவில் ராணுவ ஒத்திகைப் பயிற்சி செய்வதற்குப் பெரிய மனதோடு ஒத்துக் கொண்டோம், யுத்தத்துக்கு முன்பு அதிகாரியாகச் சேர்ந்துவிட்டிருந்த ஒருமாதிரியான பேர்வழி அங்கே வந்து எங்கே எதிரிகள் என்று கேட்டான், அவன் பெயரென்ன, அவன் அந்த மாதிரிப் பேர்வழியை அமைதியாகப் பார்த்தான், அவன் உடனே 'முட்டாள்' என்று சொல்லிவிட்டு இடத்தைவிட்டு நகர்ந்தான். அப்புறம், அவன் பெயரென்ன, என்னை நோக்கித் திரும்பினான், பிறகு சொன்னான், 'அவன்தான் எதிரி என்று அவனிடம் எப்படிச் சொல்ல முடியும்?'

ஏனெனில் உண்மையாகவே உங்கள் எதிரி யார்? எவனொருவன் உங்கள் மொழியைச் சரியாகப் பேசமுடியாமல் உங்களை முட்டாள் என அழைக்கிறானோ, சிப்பாய்களுக்கு நல்ல உணவு கொடுப்பதற்கான பணத்தைப் பெற்றுக்கொண்டு அதைப் பையில் சுருட்டிவிட்டு தரமற்ற பொருட்களைக் கொண்டு, உணவளிக்கிறானோ, எவன் தன்னுடைய சிப்பாய்களை நரகத்தில் வாழ்வது போல் வைத்திருக்கிறானோ, எவன்... சுருக்கமாக, அவன்தான் உங்கள் எதிரி. இதை

உண்மையில் நீங்கள் எப்போது முழுமையாக உணர ஆரம்பிக்கிறீர்கள் என்றால் அந்த அமெரிக்க அதிகாரிகள் அவர்களுடைய ஆட்களோடு உணவருந்தும் பகுதியில் போக்கர் சீட்டு விளையாடிக்கொண்டிருப்பதை நீங்கள் பார்க்கும்போதுதான் – நேற்றுத்தான் நான் ஒரு சிப்பாய் அவனுடைய கேப்டனின் தோளில் தட்டி அவனிடம் சொல்வதைப் பார்த்தேன். ஹே என்னோடு ஒரு டோஸ் சாப்பிட வருகிறாயா? இந்த மாதிரி ஒரு ராணுவத்தில் ஒரு கௌபாயாக – ஒரு சிப்பாய் எனச் சொல்கிறேன் – இருப்பது நல்ல களிப்பாக இருக்கும்.

இதெல்லாம் சும்மா ஒரு அறிமுகத்துக்குத்தான், ஏனெனில் நான் உண்மையில் பெல்ஜிய ராணுவ அதிகாரி ஒருவனைப் பற்றி எழுத விரும்புகிறேன், அவன் மசின் அல்லது வேறெதுவோ என்று அழைக்கப்படுவான், எனக்குச் சரியாக நினைவில்லை, ஆனால் நகருக்குள் அவனை நீங்கள் பார்த்தீர்க ளென்றால் சட்டென்று அவனை அடையாளம் கண்டுவிடுவீர்கள். ஒருநாள் அவன் தனக்குக் கீழுள்ள சிப்பாய்களை வதைக்கும் அதிகாரியாக இருக்கிறான், அப்புறம் அடுத்த நாள் சாதா உடையில், அவனது சகோதரியின் தொழிற்சாலையில் அவனுடைய சகோதரியின் சகோதரன் என்ற முறையில் அங்குள்ள தொழிலாளர்களை வதைத்துக்கொண்டிருப்பான். அப்புறம், எதிரிகள் நாட்டின் மீது படையெடுத்தார்கள், அவனும் கச்சிதமாக வெளியேறினான், அவனது கால்கள் எவ்வளவு தூரம் கொண்டு செல்லுமோ அவ்வளவு தூரம் ஓடினான், கிட்டத்தட்ட அவனது மோட்டார் மத்தியதரைக் கடலுக்குள் போய்விடும் அளவுக்கு. ஆனால் என்ன, உக்கிரமான தாக்குதல் குறைந்த பிறகு அவனுடைய சகோதரியின் சகோதரன் என்ற ஹோதாவில் மறுபடியும் திரும்பி வந்தான், ஏனெனில் பின் எப்படித்தான் ஜெர்மானிய ராணுவத்துக்கு அவனில்லாமல் போர்வைகள் தயாரித்துக் கொடுப்பது? அவன் தன்னுடைய சாதா உடையில் திரும்பி வந்து செய்ததெல்லாம் நிலக்கரியைக் கடத்தியதுதான். அதை அவன் நாசவேலை என்று சொல்லிக்கொண்டான் (உண்மையான நாசவேலை என்ன செய்தான் என்று நான் அறிய விரும்புகிறேன், ஏழைகளின் பைகளில் கைவைத்ததைத் தவிர) ஆனால் அவன் தலைமறைவாக இருந்தான் என்றோ, ஜெர்மானிய ரயில் மீது தாக்குதலை வழிநடத்தினான் என்றோ, அல்ல பிரச்சார அறிக்கைகளை அச்சிடவும் வினியோகிக்கவும் உதவினான் என்றோ எண்ணிவிடாதீர்கள். இல்லை, அதற்கு மாறாக ஜெர்மானிய ஆதரவு உறுப்பினர்கள் அமைப்பு, உள்ளூர் நிலக்கரி விற்பனையாளர்கள் தங்களுடைய நிலக்கரியை

வல்லோனியாவுக்கு – அங்கு நியாயவிலை வினியோகத்தில் விற்கப்போவதாகச் சொல்லிக்கொண்டு – ஏற்றிச் செல்வதற்குச் சம்மதம் கொடுக்க இசைந்தவன் அவனே.

அப்புறம், அதோ, உற்றுப் பாருங்கள், நாடு விடுதலையான முதல் நாளே – அல்லது இரண்டாவது நாளே, ஏனெனில் முதல்நாள் சுற்றிவளைக்கப்பட்ட ஜெர்மானியர்கள் மீண்டு வந்துவிடலாம் என்ற அச்சம் இருந்ததால், விடுதலை அடைந்த இரண்டாம் நாள் அவன் தெருவில் பெல்ஜிய ராணுவ உடையில் தோன்றினான், ஆங்கிலேய ரோந்து வண்டியில் சுற்றினான், கருஞ்சட்டையினரைப் பிடித்து வைத்திருந்த ராணுவக் குடியிருப்பின் வாசலில் விறைப்புடன் நின்றுகொண்டிருந்த அவனைப் பார்த்து மக்கள் தம் தொப்பிகளைச் சாய்த்து சலாம் வைத்தனர். அவன் ஒரு பிரம்மாண்டமான மேஜையில் உட்கார்ந்து தகவல் அறிக்கைகளை எழுதினான், பிரெஞ்சு மொழி பேசினான், உருப்படியாக எதுவும் செய்யவில்லை – மாறாக எல்லாவற்றிலும் குளறுபடி செய்தான் – கோப்புகளைக் காணாமலடித்தான், உடனடியாகக் 'கொடி' என்ற பெயர்கொண்ட பாசிச அமைப்பின் உறுப்பினர்கள் விடுதலையாவதற்கு உதவி செய்தான். அதுதான் கடைசி இழை, புரேஸ்கேயால் அதற்குமேல் தாங்க முடியவில்லை, ஆகவே அவன் நேருக்கு நேராகக் கேட்டான். 'கொடி எந்த வகையான அமைப்பாக இருந்ததென்று உனக்குத் தெரியுமா?' அதற்கு மசின் அல்லது என்ன மயிரோ, தனது உயரமான குதிரையில் ஏறிக்கொண்டு, பிரெஞ்சு மொழியில் பதிலளித்தான். 'கொடியா? இதுதான் கொடி.'

அப்புறம் ஒரு பெண்மணி – நல்ல ஆடை அணிந்திருந்தாள், ஆனால் அவை கசங்கத் தொடங்கியிருந்தது, – ரயிலில் உட்கார்ந்தவாறே 'பழைய மரச்சாமான்கள் விற்பனைக்கு' விளம்பரங்களைப் பார்த்துக்கொண்டிருந்தாள், அப்புறம் ஒரு விளம்பரம் இருந்த தாளைக் கிழித்து வைத்துக்கொண்டாள், அப்புறம் சில பக்கங்களைப் புரட்டி பின் இன்னொன்றைக் கிழித்தாள், – அப்புறம் இன்னும் சில பக்கங்களைப் புரட்டியதில் ஒரு விளம்பரத்தைத் தவறவிட்டாள், அவளுக்குப் பக்கத்தில் உட்கார்ந்து அவளோடு பார்த்துக்கொண்டிருந்தவன் அவளிடம் சொன்னான், 'அம்மணி, நீங்கள் ஒன்றைத் தவற விட்டுவிட்டீர்கள்.'

அப்புறம் என் மகன் ஜோ இருக்கிறானே, காலையில் பள்ளிக்குச் செல்கிறான், பிறகு மதிய உணவு இடைவேளையின் போது ஒரு பையன் எங்கள் வீட்டுக்கு வந்து எனது மகன் பள்ளிக்கு வரவில்லை என்று டீச்சர் சொல்லச் சொன்னதாகச் சொல்கிறான். அப்போது என் மனைவியின் முகத்தை நீங்கள் பார்க்க

வேண்டுமே. அவள் செத்துக் கீழே விழுந்துவிடுவாளோ வேறு ஏதாவது நடக்குமோ அவளுக்கே தெரியாது. ஓடும் வண்டி ஏதோ ஒன்றில் மாட்டிவிட்டானோ, குண்டுத் தாக்குதலில் அடிபட்டு விட்டானோ, ஏற்கனவே பிணவறையில் இருக்கிறானோ. நான் அவனைத் தேடிப்போனேன், அவனைக் கண்டுபிடித்தபோது அவன் சும்மாதான் பள்ளிக்குப் போகவில்லை – ஏனெனில் 'என் ஷூ கடிக்கிறது' அவன் சொல்கிறான். ஏனெனில் அவனுக்குப் புதிய ஷூ என்னால் வாங்க **முடியாது** என்பது அவனுக்குத் தெரியும்.

லியா லுப்காவைப் பற்றி ஒரு கடிதம்

அன்பு நண்பரே, லியா லுப்காவை உங்களுக்கு ஞாபகம் இருக்கும், யுத்தத்தின்போது நாங்கள் வழக்கமாக லீஜே என்று அழைத்த யூதப் பெண், வேறு எந்தப் பெயராலும் நான் அழைப்பதை அவள் விரும்புவதில்லை, ஏனெனில் அது அவளது சட்ட ரீதியான பெயர் என்பதால். தலைமறைவுத் தினசரிகளை வினியோகம் செய்வது, அல்லது வெடிமருந்துப் பைகளை ஊருக்குள் ஒரு பகுதிக்கு எடுத்துச்செல்வது போன்ற வேலைகள் இல்லாதபோது எப்போதும் வீட்டில் இருந்து வெகு அமைதியாகப் பின்னிக்கொண்டிருப்பாள் – உண்மையில் அவள் எதைப் பின்னுகிறாள் என்பது எனக்குத் தெரியாது, அநேகமாக அது அவளுக்கும் தெரியாமல்தான் இருக்கும், இரண்டு வாரங்களுக்கு ஒருமுறை வாயைத் திறந்து தன் எண்ணங்களை வெளியிடுவாள், எவ்வளவு ஆழமாகவும் அழகாகவும் அவை இருக்குமென்றால், பெரிய தத்துவ ஞானிகளின் புத்தகங்களையெல்லாம் அலசிப் படித்தாலும் அவள் சொல்வதற்கு ஈடாக ஒன்றையும் கண்டுபிடிக்க முடியாது. நான் ஒருமுறை குடியேறி என்ற தலைப்பில் ஒரு பொதி அவள் மடியில் இருக்க, அவளது குழந்தை அவளுக்கு முன் நிற்க, அவளுக்குள் உருவாகி அடுத்த சில வாரங்களில் அவள் வாயிலிருந்து வெளிப்பட்டு வரக்கூடிய ஒரு சிந்தனை மூடையினூடாக அவள் வெறித்துப் பார்த்துக்கொண்டிருப்பதாக ஒரு சித்திரம்

லூயிஸ் பால் பூன்

வரைந்தேன். ஆனால் மறுபடியும், அது, அந்தச் சித்திரம், சரியாக வரவில்லை – உங்கள் எழுத்து சரியாக வராதது போல் – அந்த இரவுகளுள் ஒன்றை முயற்சி செய்து ஞாபகத்துக்குக் கொண்டு வாருங்கள், நாம் நேர்மையாகவும் வெகுளிகளாகவும் இருந்த காலத்தில் இரும்புப் பாலத்தின் கீழ் உட்கார்ந்து மஞ்சள் விளக்குகளின் பிம்பங்கள் கருப்பு நீரில் விழுந்திருப்பதைப் பார்த்துக்கொண்டிருந்தபோது நான் சொன்னதை: 'நான் இனி ஆழமாகவும் அழகாகவும் உண்மையாகவும் இல்லாத எதையும் வரையப்போவதில்லை, எழுதப்போவதில்லை.' ஆனால் இப்போது நீங்கள் ஜோக் எழுதுகிறீர்கள், நான் பொருட்காட்சி மைதானக் கூடாரங்களுக்கு மிக்கி மவுஸ் வடிவங்களை வரைகிறேன். ஆனால் லீஜே அவளுடைய அந்தக் கடைசி அழகான எண்ணத்தைச் சொல்லவில்லை, அவளை வலுக்கட்டாயமாக ஜெர்மனிக்கு பெயர்த்துக்கொண்டுபோன பிறகு, ஜெர்மனியில் அவளது முடிவு நேர்ந்திருக்காவிட்டால் அவள் அதைச் சொல்லியிருக்கக் கூடும். அப்புறம் நேற்று வீட்டுக்கு வந்து ரேடியோவை இயக்கிவிட்டு அதற்குக் காது கொடுக்காமல் – எல்லாரும் செய்வதுபோல் – இருந்தபோது அவள் பெயர் திடீரென்று சொல்லப்படுவதைக் கேட்டேன். 'லியா லுப்கா நலமாகவும் உயிரோடும் திரும்பி வருகிறாள்.' நான் எனது நான்கு சுவர்களுக்குள் வேகமாக நடந்துநடந்து, சரியாக வராத அவளது படத்தைப் பார்த்து – அதில் கண்ணுக்குத் தெரியாத சிந்தனை மூடையினூடாகப் பார்த்துக்கொண்டு உட்கார்ந்திருந்தாள், காலுறைகளைவிட மிகப் பெரிய எதையோ பின்னிக்கொண்டிருக்கிறாள் (நாங்கள் எல்லாரும் அந்நாட்களில் நினைத்து ஏங்கிக்கொண்டிருந்த எதையோ – அதன் மங்கலான பிம்பத்தை இப்போதும் உங்கள் கண்களில் காண நான் முயல்கிறேன் – அவள் பின்னிக்கொண்டிருக்கக்கூடும், என்ன ஒரு முட்டாளாயிருக்கிறேன்) அவள் அப்போதுதான் குடித்து முடித்துவிட்டு வைத்த தேநீர்க் குவளை, உட்கார்ந்திருந்த லொடலொட நாற்காலி, ஆம், எல்லாவற்றிடமும் நான் கத்திச் சொன்னேன். 'அவள் திரும்பி வருகிறாள், அவள் திரும்பி வருகிறாள்.' அப்புறம் நான் தெருக்களில் நடந்து வானத்திடமும் சாலை ஓர மரங்களிடமும் மற்றும் சிகரெட்டுகளை (இங்கிலாந்து தயாரிப்பு) கறுப்புச் சந்தையில் விற்றுக்கொண்டிருந்த நடை பாதை விற்பனையாளர்களிடமும் சொன்னேன்: 'அவள் திரும்பி வருகிறாள்!' அதை நான் கத்துகிறேன், அலறுகிறேன், கிசுகிசுக்கிறேன். அப்புறம் பியட்டின் வீட்டுக்குப் போகிறேன் – பியட்டின் சகோதரனும் அங்கிருக்கிறான் – எனக்கு ஒரு நடை மிச்சம் – ஏனெனில் அவன் வீட்டுக்குப் போகவும் நான் உத்தேசித்திருந்தேன், ஆனால் என்ன அவன் வீட்டுக்கும்

போனேன் – லியோவுக்கு அவளை அவ்வளவு நன்றாகத் தெரியாது, ஆனால் அது பெரிய விஷயமில்லை, விஷயம் எதுவென்றால் எல்லா இடங்களிலும் சொல்வதுதான். **லியா லுப்கா திரும்பி வருகிறாள்**.

அப்புறம் இன்று காலை ஸ்வீடனிலிருந்து, லியா லுப்கா ஜெர்மனியில் இறந்துபோய்விட்டதாக ஒரு கடிதம் வருகிறது. 'அவளது நண்பர்களாகிய நாங்கள் அவளின் கடைசித் தருணங்களில் அவளது வேதனைகளைக் (ஐயோ, லியா, லியா) குறைப்பதற்கு எல்லாவற்றையும் செய்தோம், அவளுக்கு ஒரு முட்டை தருவதற்காக எங்கள் திருமண மோதிரங்களையும் பல் தங்கங்களையும் திரட்டினோம், அவள் உயிரைக் காப்பாற்ற உணவைத் திருடினோம், பதுக்கி வைத்தோம், ஏனெனில் அவள் இருந்த குழு தண்டிக்கப்பட்டு இடுப்பளவு நீரில் நின்றவாறு வாரக்கணக்கில் வேலை செய்யவைக்கப்பட்டனர். நிமோனியாவால் உறிஞ்சப்பட்டு அவள் நிலைகுலைந்து போனாள், அப்புறம் ஊசியின் காது வழியாகக் கொண்டு வருவதைப் போல் அவளை ஒருவாறு மீட்டபோது அவளது குழு மறுபடியும் தண்டிக்கப்பட்டு நடைபயிற்சித் திடலில் மணிக்கணக்காக விறைப்பாக நிற்கச் கட்டாயப்படுத்தப் பட்டாள், இப்போது இறந்துவிட்டாள்.'

இப்போது லியா லுப்கா இறந்துவிட்டாள், நான் வீட்டிற்குப் போகிறேன், ஆனால் ரேடியோ இன்னும் இயங்கிக் கொண்டுதான் இருக்கிறது, அவர்களும் அவள் பெயரை அறிவித்துக்கொண்டுதான் இருக்கிறார்கள். 'லியா லுப்கா உயிரோடும் நலமாகவும் இருக்கிறாள், மவுத்தாசன் சித்ரவதை முகாமலிருந்து திரும்பி வருகிறாள்.' உங்கள் நண்பன், ஓவியர்.

அப்புறம், நிக்கோவின் கதையும் இருக்கிறது தனது தலைப் புண்களை மறைக்க ஒரு துணியைக் கட்டிக்கொள்பவன் அவன், மேலும் டாச்சாவின் கதையும். அவர்கள் உணவு விநியோக வரிசைக்கு ஒரு பிணத்தைக் – அதன் கையில் ஒரு குவளையோடு, இன்னும் கூடுதலாக சூப் கிடைக்கும் என்பதற்காக – கொண்டு போனார்கள்.

அதனால், பின்பு அந்தப் பிணம் அடையாள அணிவகுப்புக்கு ஆஜராக வேண்டியிருந்தது.

மேலும் யாருக்கும், ரகசிய எதிர்ப்பு இயக்கம் பற்றி, எதுவும் யுத்த காலத்தில் தெரியாது, ஆனால் விடுதலை அடைந்த நான்கு நாட்களுக்குப் பிறகு எல்லாரும் சொல்லிகொண்டிருக்கிறார்கள்.

'நான் தலைமறை எதிர்ப்பு இயக்கத்தில் இருந்தேன்.' இப்போது எல்லாரும் இதையும் சொல்லிக்கொண்டிருக்கிறார்கள், 'தலைமறைவு எதிர்ப்பு இயக்கத்தில் நான் எப்போதுமே இருந்ததில்லை என்பதுதான் சந்தோஷமாக இருக்கிறது. அவர்கள் ஒரு கேடுகெட்ட பொதுவுடைமைக் கும்பல்.'

மேலும் என் தந்தை சொல்கிறார். 'நாங்கள் ரகசிய எதிர்ப்பு இயக்கத்தின் உறுப்பினர் அட்டை ஒன்றைக் கடை ஜன்னலில் ஒட்டி வைத்திருந்தோம், இப்போது கடைக்கு ஒரு வாடிக்கையாளர்கூட வருவதில்லை, ஜெர்மனி ரகசிய போலீசோடு ஒத்துழைத்தற்காக ஒருவனை எங்கள் சங்கத்திலிருந்து வெளியேற்றினோம், இப்போது அந்தத் தறுதலைக்கு கண்ணாடிகள் கொள்முதல் செய்துகொள்ள ஒதுக்கீட்டு அட்டை கிடைத்துவிட்டது, ஆனால் எங்கள் சங்கத்தைச் சேர்ந்த எந்த உறுப்பினருக்கும் இன்றுவரை அந்த அட்டை கிடைக்கவில்லை.'

ஆளெடுப்பு மையத்து ஸ்டால்பெர்ட்

ஆளெடுப்பு மையத்து ஸ்டால்பெர்ட். ஜென்டிலுள்ள சிறைக்கு மாற்றப்படுவதற்காக, ஆறு காவலர்கள் சூழ ரயில் நிலையத்தில் காத்திருந்தான். செய்தி காட்டுத் தீபோல் பரவி விட்டது. 'எங்கு? எங்கு? ஓ, தாயோளி, அது, இது, முகத்தில் குத்து, விடாதே...' அவன் அங்கு முகத்தில் எந்தச் சலனமும் இல்லாமல் நின்றுகொண்டிருந்தான். அவனுக்கு வெளிறிய ஒளியில்லாத கண்கள், அதை ஒரு புள்ளியில் நிறுத்தி – அதை ரயில் நிலையம் என வைத்துக்கொள்ளுவோம், ஆனால் அது முடிவற்ற நீள்வெளியாகவும் இருக்கக்கூடும் – பார்த்துக்கொண்டிருந்தான், அவன் தலை நேற்று வாங்கிய அடியில் சிவப்பாகவும் கருநீலமாகவும் இருந்தது. கண்காட்சியில் சுற்றும் அன்ன ஊஞ்சலின் நடுஅச்சுப் போல் அவன் எல்லாரையும்விட ஒரு தலை உயரம் அதிகமாக இருந்தான். டக், அச்சு பின் வாங்குகிறது, டக், அச்சு மறுபடியும் முன்னுக்கு வருகிறது, குதூகலமாக மக்கள் அவனைச் சுற்றிச் சுற்றி வருகிறார்கள் – 'யுத்தம் முடிவுக்கு வரட்டும், பார்', நான்கு வருடங்களாக தேக்கி வைத்திருந்த வற்றை அவனைப் பார்த்து கத்திக்கொண்டே.

காவலன் சொல்கிறான், 'ஸ்டால்பர்ட் இந்தப் பக்கம் பார்!' அந்தப் பக்கம் உடனே கொந்தளிப்பு கிளம்புகிறது. சிரிக்கும், அழும், வெளிறிய, தகிக்கும் முகங்கள், ஒன்று கண்ணீர் சிந்துகிறது, மூன்று

லூயிஸ் பால் பூன்

முகங்கள் வெறுமையில். 'இப்போது என்ன ஆச்சு, உனக்காகவும் உன் மனைவிக்காகவும் நடைபாதையில் நாங்கள் ஒதுங்கி வழி விட்ட நாட்கள் எங்கே போயின, திரு. ஹிட்லர் வாழ்க அவர்களே, திரு. முட்டாளே, கொடூரமான, பிணந்தின்னியே', 'ஹே, ஸ்டால்பர்ட், அந்தப் பக்கம் பார்', காவலாளி சொல்கிறான். உடனே கொந்தளிப்பு அந்தப் பக்கம் பற்றிக்கொள்கிறது. அங்கேயே நின்றுகொண்டு பார்த்தவாறே, ஆனால் எதுவும் பேசாமல் இருந்த ஸ்டேசன் மாஸ்டர் திடீரென்று தனது கைகளை அசைத்துக்கொண்டே: 'கவனியுங்கள், ஜென்டுக்குப் போகும் 7.45 ரயில் வருகிறது.' அதுவரை அன்ன ஊஞ்சல் வெளிவட்டத்திலிருந்து அச்சை நோக்கி முன்னேற முண்டியடித்துக்கொண்டிருந்தவர்கள், பெரும் இரைச்சலோடு நிலையத்துக்குள் வந்துகொண்டிருந்த ரயிலில் பட்டுவிடாமல் இருக்க ஒருவருக்கொருவர் முண்டியடித்துக்கொண்டு சிதறினர். காலியாக இருக்கும் பெட்டியைத் தேடியவாறு அவர்கள் அச்சு ஸ்டால்பர்டை மிதித்துக்கொண்டு ஓடினர். ஆக இப்போது எந்த மகிழ்ச்சிச் சுற்றும் இல்லை. ஒரு காவலன் சொல்கிறான், 'உள்ளே, ஏறு, ஸ்டால்பர்ட்' உள்ளே ஏறி எதையும் புரிந்துகொள்ளும் திறன் இல்லாத கண்களால் காலியாக இருக்கும் ஒரு மூலையைத் தேடிப் பார்க்கிறான், பிறகு, தான் இன்னும் ஆளெடுப்பு மையத்தைச் சேர்ந்தவன் என்பது போல உட்கார்கிறான், ஆளெடுக்கும் மையம் ஒரு கனவு, நேற்று அவனுக்கு நிகழ்ந்த ஒரு பயங்கரக் கனவு என்பதை அவன் உணரவில்லை போலும், ஆனால் இன்று எல்லாம் முடிந்துவிட்டது. 'ஸ்டால்பர்ட் எழுந்திரு', காவலன் சொல்கிறான், ரெயிலில் அவன் கைகளை உயர்த்திக்கொண்டு எழுந்து நிற்கிறான், கேடுகெட்ட தேவிடியா மகன், அவன் மூக்கிலிருந்து வழிகிற ரத்தம் நாடிமீது ஓடி அவனது மேல் கோட்டில் விழுகிறது, கண்கள் இன்னும் வெகுதொலைவிலுள்ள ஏதோ ஒரு புள்ளியை வெறித்துப் பார்த்துக்கொண்டிருக்கிறது. அவ்வாறு அவன் நிற்பது நமது கடவுளின் சாயலாகவே இருக்கின்றது, நமது பேய்களின் கடவுள்! அப்போது ஒரு பெண் சொல்கிறாள். நான் மயங்கி விழப் போகிறேன். ஆனால் அவள் விழவில்லை. அப்புறம் ஒரு திருவாளர், அவருக்கு இதுவரை இருந்திராத ஒரு ஆர்ப்பாட்டமான தோரணையில் பேச ஆரம்பிக்கிறார்: 'இறுதியாக நீதி நிலை நாட்டப்பட்டுவிட்டது.'

அப்புறம் ரயில் விசிலடித்துக் கிளம்புகிறது. இரண்டாவது நடைமேடை காலியாகி விட்டது. மூன்றாவது நடைமேடை பிரஸ்ஸல்ஸுக்குப் போக வேண்டிய மக்களால் நிறைந்திருக் கிறது. ஜென்டுக்கு போகும் அந்த ரயில் விலகிச் செல்வதை அவர்கள் பார்த்துக்கொண்டிருக்கிறார்கள். யாரோ ஒருவன்

வியர்த்துக்கொண்டிருக்கும் தனது உள்ளங்கையை அதிர்ச்சி யோடு பார்க்கிறான். மற்றும் ஒருவன் – இப்போதுதான் மகிழ்ச்சிச் சுற்றின் உள் வளையத்துக்குள் இருந்தவன் – சொல்கிறான்: 'இந்த மாதிரி விஷயங்களைப் பார்ப்பதற்கு உண்மையாகவே நான் விரும்புவதில்லை.

அப்புறம் சைமோன்னும் லூசெட்டும் இருக்கிறார்கள், அவர்கள் கனடாக்காரர்களுடன் நடனமாக விரும்புகிறார்கள், ஆனால் அங்கு நடனமாட இடமே இல்லை, உட்காருவதற்கு இடமில்லை, நிற்பதற்குக்கூட ஒரு இடம் இல்லை, முழு அறையும் 14 மற்றும் 15 வயது பள்ளிச் சிறுமிகளால் நிறைந்திருந்தது, அவர்கள் தங்களது பின்புறங்களோடும், இன்னும் நிறைய விஷயங்களைக் காட்டியவாறும் வயதான கனடாக்காரர்கள், இளவயது கனடாக்காரர்கள் அணைப்பில் இருந்தார்கள், ஆனால் ஜெட்டும் – அறுபது வயதிருக்கும் அவள் கிழட்டு விலை மாது – நடனமாடப் போனாள், அப்புறம் அவள் மொத்தத்தில் ஒரு நடனத்தை மட்டும் விட வேண்டியதாயிற்று, அதுவும் அவள் கழிப்பறைக்கு போகவேண்டியிருந்ததால்.

அப்புறம் ஓடும் சரக்கு வண்டியில் ஏறிக்கொண்டு, நிலக்கரிச் சாக்குகளை அவிழ்த்துப் பின் தடுப்புக்குக்கு மேலாக தங்கள் மொத்த வலுவையும் கொடுத்து சாக்கிலிருந்து நிலக்கரியை வெளியே கொட்டிவிடும் சிறுவர்கள் இருக்கிறார்கள் – நீங்கள் நினைக்கிறீர்கள். எவ்வளவு ஏழைகளாக இவர்கள் இருக்கிறார்கள் – ஆனால் அவர்களை நீங்கள் பின்தொடர்ந்தீர்களேயானால் அவர்கள் கொட்டிய நிலக்கரியை மொத்தமாகத் துடைத்து அள்ளி எங்கோ கூடுதல் விற்று வருவதைக் காண்பீர்கள்.

மேலும் மாரிஸ் எங்களிடம் எங்கோ ஏற்பட்ட தீ விபத்தைப் பற்றிச் சொல்கிறான், எப்படி ஒரு கறுப்பு அமெரிக்கக்காரன் ஏணியின் நுனியில் இருந்தான், ஏணியைப் பிடிக்காமலேயே எரிந்துகொண்டிருந்த அறையிலிருந்த இரண்டு குழந்தைகளை எப்படிக் காப்பாற்றினான் என்று – 'ஏனெனில் அந்த அமெரிக்கக் கறுப்பர்கள், **அவர்கள் ரொம்ப பயங்கரமானவர்கள்'** – உற்சாகத்துடன் சொல்கிறான் மாரிஸ்.

பிறகு வேறு யாரோ ஒருவன் என்னிடம் சொல்கிறான், சில கறுப்பர்கள் ஒரு பண்ணையில் தங்கவைக்கப்பட்டிருப்பதாகவும், அங்குள்ளவர்கள் எந்த அளவுக்குப் பயந்துபோனார்கள் என்றால் அவர்களுடைய இரண்டு மகள்களையும் எவ்வளவு சீக்கிரம் முடியுமோ அவ்வளவு சீக்கிரமாக வெளியே கொண்டு போய்விட்டனர் எனவும் அப்புறம் அந்த கறுப்பர்கள் அவ்வளவு

மோசமாக அந்த வயதான குடியானவனின் மனைவியைக் கற்பழித்ததால் அவள் செத்துப்போனாள் எனவும். ஏனெனில் 'அவர்கள் ரொம்பப் பயங்கரமானவர்கள், உண்மையில் பூதாகரமானவர்கள்', அவன் சொல்கிறான்.

மேலும் ஒரு போலீஸ்காரனுடன் நான் பேசிக் கொண்டிருந்தேன், அவன் என்னிடம் சொல்கிறான், பிரஸ்ஸல்ஸ் போகும் சாலையில் அவனது பகுதி மூலையில் மிகவும் பயத்தோடு அவன் போக்குவரத்தை வழிநடத்திக் கொண்டிருக்கிறானாம், ஏனெனில் 'அந்த அமெரிக்கக் கறுப்பர்கள் ரொம்பப் பயங்கரமானவர்கள், ஒருநாள் எப்படியும் என் மீது வண்டியை ஏற்றிவிடுவார்கள்.'

யுத்தத் தலைமுறை

எங்கள் தலைமுறையினர் இரண்டு யுத்தங்களுக்கிடையில் மலர்ந்தவர்கள், ஐரோப்பாவின் மனசாட்சியான ரொமெய்ன் ரோலண்டை நாங்கள் தொழுதோம், இனி யுத்தமில்லை என்று இரவு ஊர்வலங்களில் முழக்கமிட்டோம், மாசேரீலின் ஒரு மரச் சின்னத்தை எங்கள் சுவர்களில் மாட்டியிருந்தோம், (குறிப்பாக கைகள் பின்னுக்குக் கட்டப்பட்ட நிலையில், சுடப்படுவதற்கு சற்று முன்பு தலையை உயர்த்தி, மாசேரீல் தனது சின்னத்துக்குள் கொண்டுவராத எதையோ உற்றுப் பார்த்துக்கொண்டிருக்கும் சிறுவனாக அந்தச் சின்னம் இருக்கும்) பாப்ஸ்டினுடைய 'தோழமை' படத்தைத் திரையரங்குகளில் பார்க்கும்போது கால்களை மரத் தரையில் ஓங்கி ஓங்கி மிதித்ததால் ஒட்டை விழுந்துவிட்டது. (ஓ, பிரெஞ்சு மற்றும் ஜெர்மானியச் சுரங்கத் தொழிலாளர்கள் ஒருவருக்கொருவர் உதவிட ஓடிவரும்போது அவர்களைப் பிரித்துவைத்திருந்த தடுப்பு வேலியைத் தகர்ப்பது). மேலும் நாங்கள் சொல்வோம், 'இதுவரையிலும் இருந்ததில் நமது தலைமுறைதான் சிறந்தது என்று . . .'

ஏனெனில் முந்தைய இளைஞர்களோடு ஒன்றிக்கொள்ளும் தைரியம் எங்களுக்கு இருந்ததால், இந்தக் கடைசி யுத்தகாலத் தலைமுறையோடு ஒன்றிக்கொள்ளும் தைரியமும் எங்களுக்கு இருந்திருக்க வேண்டும். பெண்கள் ஒரு சிகரெட், பின் அடுத்த சிகரெட் என்று புகைத்துக்கொண்டு, விஸ்கி குடித்துக்கொண்டு பிறகு பசங்களிடம்

சொல்லுவார்கள் தாங்கள் ஒரு டாமிக்காகக் காத்திருப்பதாக, பசங்களோ முட்டிகள் கொஞ்சம் பருமனாகவும், கால்கள் கொஞ்சம் கோணலாகவும், அளவு பெரிதான ஸ்விங் ஜாக்கெட்டுகளோடும், ரொம்பக் குட்டையான, ஒடுக்கமான கால் பகுதிகளைக் கொண்ட கால்சட்டைகளோடும் இருந்தார்கள் – நான்கு வருடங்களாக பொதுவிநியோக ஒதுக்கீட்டு ரொட்டியைத் தவிர வேறு எதையும் அவர்கள் சாப்பிடவில்லை – அவர்கள் குண்டுகள் விழுவதைக் கேட்டார்கள், இறந்துபோனவர்களைப் பற்றி, உதிர்ந்து விழும் இலைகளைப் பற்றிப் பேசும் அதே தொனியில் பேசுவார்கள், பிறகு ஊஞ்சலாடுவார்கள், ஊஞ்சலாடுவார்கள், ஊஞ்சலாடுவார்கள். மியன்ஜேயால் ஒற்றையாக முழு நடனமேடையையும் ஆக்கிரமித்துக்கொள்ள முடியும், ஏனெனில் அதற்கான கால்கள் அவளிடம் இருந்தன – இளமையும் வனப்பும் கொண்டவை, சாளை மீனுக்கும், கழிவு நிலக்கரிக்கும், வெயிலிலும் மழையிலும் காற்றிலும் வரிசையில் நின்று வளர்ந்தபோதும். ஓ, அவர்களுக்கு நன்றாகவே தெரியும், அவர்கள் யாருக்காவது ஏதாவது செய்துகொடுத்தால் அவர்களுக்குக் கூலி கட்டாயம் கிடைக்குமென்று, ஆனால் அவர்கள் பாலகங்களில் உட்கார்ந்துகொண்டே – அங்கு ஐஸ்கிரீம் தீர்ந்துபோன பிறகும், செயற்கை ஐஸ் மட்டும் இருந்தபோதும் – இருந்தார்கள், அப்புறம் தியேட்டர்களுக்குப் போனார்கள் அங்கு பாப்ஸ்ட், ஐசென்ஸ்டீன் போன்றவர்களின் படங்கள் திரையிடப்படாமல் இருந்தபோதும் – அங்கு ஜெர்மானியப் பிரபு வான முங்க் ஹாயுசனின் சாகசங்களைப் பற்றிய படத்தை – அது இயற்கையான யுஎஃப்ஏ வண்ணத்தில் எடுக்கப்பட்டிருந்தது – பார்த்தார்கள், அது பிரமாதம் என நினைத்தார்கள், ஆம் அப்படித்தான் நினைத்தார்கள். அவர்கள் ஸ்விங் இசையை ரசிக்கிறார்கள் – ஆனால் ஜெர்மானியத் திரைப்படங்களை – அதில், மக்கள் வால்ட்ஸ் நடனம் ஆடுகிறார்கள், ஸ்விங் நடனத்தை, இசையைக் காட்டுமிராண்டிகள் விரும்புவது என்று பேசிக்கொள்கிறார்கள் – விரும்பிப் பார்க்கிறார்கள், ஏனெனில் அவர்கள் எதைப் பற்றியும் யோசிப்பதில்லை, அவர்களுக்கு என்ன கிடைக்கிறதோ அப்படியே அதை எடுத்துக்கொள்கிறார்கள், ஆனாலும் சிவப்பு எச்சரிக்கை எழுத்துக்கள் வெள்ளைத் திரையில் ஆடும்போது 'விமானத் தாக்குதல்', தைரியமாக தங்கள் இருக்கைகளிலே உட்கார்ந்திருக்கிறார்கள். 'இது விமானத் தாக்குதல்!' அவர்களுக்குப் பக்கத்திலிருக்கும் பெண்ணிடம் சொல்கிறார்கள், அவள் அந்த எழுத்துக்களைப் படிக்கவில்லை என்பது போல்.

ஆனால் பாருங்கள், அத்தகைய இளைஞர்களுள் ஒருவராக நீங்கள் இருக்க விரும்பினால் உங்களுக்கு நான்

எச்சரிக்கையாகச் சொல்ல வேண்டும், அவர்கள் எல்லாவற்றிலும் கூடுதல் காரியவாதிகளாக இருக்கிறார்கள். அவர்கள் வாழ்வில் ஒரு துளி காதலுணர்வுகூட இல்லாமல் அவர்களால் வாழ முடியாது, ஆனால் கண்டிப்பாக அவர்கள் கேட்பார்கள். 'இந்தக் காதல் உணர்வுக்காக எனக்கு எவ்வளவு செலவாகும்?' அப்புறம் எங்களது இளமைப் பருவத்தில் நாங்கள் கனவு கண்ட அத்தனை விஷயங்களையும் அவர்கள் சுத்த முட்டாள்தனம் என்று கண்டு பிடிக்கிறார்கள். ஆனால், அதற்காக மூலையைத் தேடி நாங்கள் ஒதுங்கவேண்டியதில்லை – வாழ்வின் கடினமான போராட்டமே கசப்படையாமல் இருப்பதற்கான போராட்டம்தானே.

பிறகு திடீரென்று நிறைய ஜெர்மானியப் போர்க் கைதிகளுடன் ஒரு வண்டி வந்து நின்றது, எல்லாரும் அதன் அருகே ரொட்டி யோடும் சிகரெட்டுகளோடும் – அதற்காக பெல்ஜியமும் அமெரிக்காவும் ரொம்பக் கஷ்டப்பட்டுச் செலவு செய்தார்கள் – போகிறார்கள், ஜெர்மனியில் வேலை செய்தவர்கள் அவர்களிடம் ஜெர்மன் மொழியில் பேசுகிறார்கள், அவர்களிடம் காட்டிக்கொள்வதற்காக . . . நல்லது, அவர்கள் எதைக் காட்டிக் கொள்வதற்கு? 'ஓ, அந்த பையன்கள் எக்கச்சக்கக் குளிரிலும் ஏகப்பசியோடும் அந்த வண்டியில் இருந்தார்கள்.' பிறகு இவ்வாறு சொன்னார்கள். அப்புறம் அங்கு ஒரு பெல்ஜிய சிப்பாயும் இருந்தான், அவர்களுக்குக் காவலாக, ஆனால் அவனுக்கு எதுவும் கிடைக்கவில்லை, ஆகவே நான் நினைக்கிறேன் அவனுக்கு குளிரும் இல்லை, அவன் பசியிலுமில்லை. அப்புறம் இனிமேல் குறைவான வெண்ணெய்தான் கிடைக்கப்போகிறது, விரைவில் சாக்லேட் சுத்தமாக் கிடைக்காது என்ற வதந்தியை மக்கள் கேள்விப்படும்போது மிகுந்த தார்மீகக் கோபத்தோடு சொல்கிறார்கள்: 'அந்த பாழாய்ப்போன அமெரிக்கர்கள் நமது உணவை ஜெர்மானியர்களுக்குக் கொடுத்துக் கொண்டிருக்கிறார்கள்.'

மேலும் எனது மைத்துனன் சொல்கிறான் – 'எல்லாருமே ஏதோ ஒன்று நிகழப்போகிறதென்று காத்துக்கொண்டிருக்கி றார்கள்.' இவன் காத்திருந்ததைத் தவிர வேறெதுவும் இதுவரை செய்ததே இல்லை.

தற்காப்பு

நான் இந்தப் புத்தகத்தில் 'நான்' என்று வழக்கமாகச் சொல்லியிருப்பது ஒருவகையாக விஷயங்களை முன் வைப்பதற்காகவே, நான் உண்மையில் குறிப்பிடுவது உங்களை நீங்கள், பாவப்பட்ட நீங்கள், சுரண்டப்பட்ட, வெறுக்கப் பட்ட, எச்சில் உமிழப்பட்ட, வெற்று வாக்குறுதி களால் அமைதிப்படுத்தப்பட்ட உங்களைத்தான், தைரியம் இல்லாமல் போனதாலோ வேறு எதனாலோ நமக்காக நாமே துணிந்துவிட வேண்டும் என்பதைப் புரிந்துகொள்ள முடியாமல் போய்விட்ட முட்டாள்களாகிய உங்களைத்தான், இப்போது என்னைப் பார்த்தும் எனது புத்தகத்தைப் பார்த்தும் சிரிக்கின்ற உங்களைத்தான், ஏனெனில் இது உங்களை நீங்கள் எவ்வாறு இருக்கிறீர்களோ அப்படியே காட்டுகிறது – அவ்வப்போது சில கொச்சை வார்த்தைகள் இருக்கும் – ஹா ஹா. ஆனால் என்னைப் பற்றிச் சொல்ல விழைகிறேன், உண்மையில் என்னைப் பற்றி, இந்த அபூர்வமான சந்தர்ப்பத்தில் என்னுடைய பதிப்பாளரிடம் சிபாரிசு வைக்கிறேன், அவர் எல்லாரும் கலந்து கொள்ளுமாறு 'அவர்களுடைய சொந்த சிறிய யுத்தம்' என ஒரு போட்டி நடத்த வேண்டும் – முதல் பரிசு, ஒரு புகைபிடிக்கும் குழாய் – அப்படி யானால் எல்லாப் போட்டியாளர்களிடமும் என் அனுபவங்களைப் பகிர்ந்துகொள்ளலாம், அவர்களுக்கு ஆலோசனையும் வழங்கலாம்.

முதலாவதாகவும் முக்கியமாகவும் ஒரு சிறிய யுத்தம் எழுதப் போகிறவர், புத்தகங்கள் ஒருவகையான பொது சந்தோஷத்துக் கானவை என்பதையும், அதில் எந்த அறைகூவலும், காறித் துப்புதலும் இருக்கக்கூடாதென்பதையும், அதை வைத்து யாருடைய உறங்கிக்கொண்டிருக்கின்ற மனசாட்சியையும் எழுப்பிவிடக் கூடாது என்பதையும் நம்ப வேண்டும். அடுத்து அவர், எல்லாப் பொழுதுகளிலும் தனது கண்களைத் திறந்து வைத்திருக்க வேண்டும், என்றாலும் அவர் நிஜமாகப் பார்க்கிற எதையும் எழுதிவிடக்கூடாது – ஏனெனில் அது கலையல்ல – அப்படித்தான் இலக்கியவாதிகள் சொல்கிறார்கள் – அது ஒரு புகைப்படக்கருவியாக உங்களை மாற்றிக்கொள்வதாகும் என்பதை நினைவில் கொள்ள வேண்டும். அப்புறம் ஒரு எழுத்தாளர் எந்த இருட்டு சந்துக்குள்ளும் நடந்துபோகக் கூடாது, ஏனெனில் அவர் அவ்வாறு போகும்போது யாரோ ஒருவர் மீது இடித்துவிடக் கூடும், அந்த யாரோ ஒருவர் தன்னையே கொள்ளை லாப திரு. ஸ்வாயிம் எனவோ, இறைச்சிப் பரிசோதனைக் குழுமத்தைச் சேர்ந்த திருவாளர் எனவோ, புரோஸ்கே எனவோ, அவன் பெயரென்ன, அவனாகவோ கண்டுகொள்ளும் வாய்ப்பு உண்டு. தாங்களே அவன் பெயரென்ன என்பவனாக நினைக்கும் 36 பேர் இருக்கிறார்கள், அப்புறம் 11 திருவாளர்கள் எங்கள் பகுதியில் நடந்துவரும்போதெல்லாம் இந்தக் குறிப்பிட்ட எழுத்தாளரைப் பார்த்து முறைக்கிறார்கள், ஏனெனில் திரு. ஸ்வாயிமில் தங்களை அடையாளம் காண்கிறார்கள் – அவர் திரு. ஸ்வாயிமை ஒரு குறியீடாக உருவகப்படுத்தியிருந்தபோதிலும் அவர்களில் இருவர் அச்சுறுத்தல் கடிதம் எழுதினார்கள், ஐந்து பேர் தங்களைத் திரு. பூன் என்று நினைக்கிறார்கள் (ஏனெனில் நான் குண்டாக இருக்கிறேன், நான் குப்பை கொட்டும் இடத்துக்கு அருகில் வசிக்கவில்லை என்றாலும் பக்கத்து வீட்டுக்காரன் தனது குப்பைக் கூடைகளை என் வீட்டுக்கு வெளியே வைக்கிறான் – இது அவர்களைப் பற்றி அவர்கள் சொல்லிக்கொள்வது), நான்கு பேர் இந்த எழுத்தாளரின் மனைவியை வழிமறித்துத் திட்டி, சாபமிட்டு, இந்த அவதூறை இனி அவர்கள் பொறுத்துக் கொள்ளப் போவதில்லை என்றும், தேடிவந்து மேஜைக்கு பின்னாலிருந்து அவரை இழுத்து வெளியே தூக்கி வீசப் போவதாகவும் அச்சுறுத்தினார்கள், அப்புறம் ஒரு திருவாளர் மொத்த பாத்திரங்களின் பெயர்கள், பிறந்த இடங்கள், பார்க்கும் தொழில்கள் பற்றிய விவரங்களைக் கேட்டார், என்னமோ இந்த எழுத்தாளர் தனது பயணங்களின்போது ஒரு பேரேட்டை எடுத்துக்கொண்டு போவதைப் போலவும், அதனால் யாரைப் பற்றியெல்லாம் அவர் குறிப்பிட விரும்புகிறாரோ அவர்கள்

ஜாயிஸ் பால் பூன்

எல்லாரும் அவரிடம் வந்து 'கீழே ஒப்பமிட்டுள்ள நான் இதனால் உறுதி கூறுவதெல்லாம் . . .' என்று கையொப்ப மிட்டார்கள் என்பதைப் போலவும் ரெயில்வேக்காரர்கள் என்னிடம் எல்லா நிலக்கரித் திருடர்களின் பெயர்களையும் முகவரிகளையும் தரச்சொல்லிக் கேட்டு, அதன் விளைவாக நான் இவ்வாறு சொல்லும்படி நல்லது, நான் சிறிய அளவுக்கு, நீங்கள் பெரிய அளவுக்கு, தள்ளப்பட்டால் எப்படி இருக்கும் எனக் கற்பனைசெய்து பாருங்கள், அம்மணி . . . அப்புறம் இன்னொரு திருவாளர் தார்மீக வெறுப்போடு ஒரு கடிதம் எழுதுகிறார். நீங்கள் நகைச்சுவையாக இருக்கட்டும் என்று இப்படியெல்லாம் எழுதினாலும் . . . இவ்வாறு . . . இவ்வாறு . . . ஆகப் பார்த்துக்கொள்ளுங்கள், ஒரு எழுத்தாளர் எல்லாவற்றிலும் கண்காணிப்பாக இருக்க வேண்டும், ஆவணங்களைச் சரியாக வைத்துக்கொள்ள வேண்டும், அப்புறம் அவை எல்லாம் சட்டப் படி உண்மையானவை என்று சான்றிதழ் பெற வேண்டும், அப்போதுதான் யாரும் வந்து இவை எல்லாம் காப்புரிமை பெற்ற பொய்கள் என்று குற்றம் சாட்ட முடியாது. அன்புள்ள ஐயா, நான் நகைச்சுவையாக எப்போதும் இருந்ததில்லை, அப்புறம் நீங்கள் சொல்வீர்கள் சாப்ளினுடைய சமூக இடித்துரைகளெல்லாம் நகைச்சுவைக்காக என்று நீங்கள் நினைப்பதாக . . .

யாரோ ஒருவன் சொல்கிறான், பத்து வருடங்களுக்குள் இன்னொரு யுத்தம் வருமென்று நான் உன்னுடன் பந்தயம் கட்டுகிறேன் . . .

பிறகு, இன்னொருவன் கண்களில் அச்சத்தோடு அவனைப் பார்க்கிறான், மீண்டும் ஒருமுறை இவற்றையெல்லாம் அனுபவிக்க வேண்டுமே என்ற அச்சத்தோடு – அதுவும் இப்போது இருக்கின்ற அணுகுண்டோடு.

மேலும் இன்னொருவன் மறுபடியும் சபிக்கத் தொடங்கினான், 'அந்த இழவெடுத்த . . . இழவெடுத்த . . .' அப்புறம் தோள்களைக் குலுக்கிக்கொண்டான், ஏனெனில் அந்த இழவெடுத்தது என்ன என்று அவனுக்குத் தெரியவில்லை, நிஜமாகவே.

மேலும் ஒருவர் கேட்கிறார். என்ன, உனக்குக் கிறுக்குப் *பிடித்துவிட்டதா?*

மேலும் இப்போது கடைசி ஆள், அவர் முதலில் சொன்னவரை ஆமோதிக்கிறார், ஏனெனில் அவர்

எல்லாரையும் ஆமோதிப்பவர், ஆனால் பின்பு ஒரு சமயம் நன்கு ஆலோசித்துப் பார்த்ததால், சொல்கிறார், 'அது அவ்வளவு சீக்கிரம் வரும் என்று எனக்குத் தோன்றவில்லை, ஏனெனில் எல்லாம் தவிடு பொடியாகக் கிடக்கிறதே.' அவர் அந்த எண்ணத்தைக் கெட்டியாகப் பிடித்துக்கொண்டிருக்கிறார், ஏனெனில் அதுதான் அவருக்கு ஆறுதல்.

ஒரு கடைசி ஓலம்:

மக்களை செமையா உதையுங்கள்

அவர்களுக்கு மனசாட்சி வரும்வரை

பதினைந்து ஆண்டுகளுக்குப் பின்

பதினைந்து ஆண்டுகள் கழிந்த பின் நான் மனதில் ஆயிரம் எண்ணங்களோடு ரெயில் நிலைய வளாகத்தைக் கடந்துகொண்டிருந்தபோது அவளைக் கிட்டத்தட்ட இடித்துவிட இருந்தேன். எதுவோ, அது என்னவென்று எனக்குத் தெரிய வில்லை, அவளுடைய கசப்பான புன்னகையைப் பார்க்கச் செய்தது. உடனே, மறுபடியும் அவளது கண்களில் மூழ்கிப்போனேன். வருடங்கள் உரிந்து விழுகின்றன. அவள் எப்படி இருந்தாளோ அப்படியே இப்போது நான் பார்க்கிறேன், ஒரு சிறுமி, எங்களுக்கு வீட்டில் உதவிகள் செய்துகொண்டிருந்தவள் . . . அவர்கள் வீட்டில் அந்த நாட்களில் ரொம்பக் கஷ்ட நிலை இருந்ததால் அவள் பள்ளி முடிந்த பின் எங்கள் வீட்டுக்கு வந்து என் மனைவிக்கு எல்லா விஷயங்களிலும் உதவியாக இருந்தாள். இந்த உதவி முக்கியமாகத் தட்டுகளை உடைப்பதாகவும், ஊசி நூலை பின்னலாக்கி விடுவதாகவும், தவறுதலாக தைக்கப்பட்ட துணி ஒட்டுக்களைப் பிரிப்பதாகவும் இருந்தது. அவள் அப்போது இன்னும் ஒல்லியாக இருந்தாள், அவளது கால்கள் கொஞ்சம் அதிக மாகவே நீளமானவை, உயிர்ப்புத் திருநாள் மெழுகுவத்தியைப் போல. ஆனால் அவளிடமிருந்த மிக அழகான விஷயம் அவளது சிறிய முகம், தொழிலாள வர்க்கப் பின்னணி கொண்ட அவளது வாயையும் கண்களையும் சுற்றிப் பசியின் கோடு இருந்தது. அந்த அளவுக்கு அப்போது நிலைமை மோசம் கூடவே யாரோ ஒருவர், யாரென்று கடவுளுக்குத்தான் தெரியும், அவளுக்கு அளித்த

மெருகின் உதயமும் அவளிடம் இருந்தது. கண்மூடித்தனமாக நான் அவள்மீது காதல் கொண்டிருந்தேன். அப்போது ஒரு இளைஞனாக நான் இருந்திருந்தால் அவளைத் துதித்துக் கவிதைகள் எழுதியிருப்பேன் என்றாலும், அவளை ஒன்றுக்கும் உதவாத சொரசொரப்பான யுத்தகால ஓவியச் சீலையில் அவளைச் சித்திரமாக வரைந்தேன். அவள் அங்கே மணிக்கணக்காக உட்கார்ந்து துணிகளைப் பிரித்தவாறு எல்லா வகையான கேள்விகளையும் கேட்டு என் மனைவிக்குக் கலக்கமூட்டிக் கொண்டிருந்தாள். உலகத்தின் மீதும் இன்னும் பல விஷயங்கள் மீதும் நம்பிக்கைகொண்டிருந்த காலம் உருவாக்கிய என் மனைவி, சங்கங்களிலும் குழுக்களிலும் சேர்ந்திருந்தாள். அதோடு ஒருநாள் எல்லாம் மாறும் என்ற அசைக்க முடியாத எண்ணம் கொண்டிருந்தாள். தனது குழந்தைக்கு உதயமாகும் சூரியனை – அந்தச் சூரியனில் ஒரு மீட்புச் சொல்லாக ‘நம்பிக்கை’ அல்லது ஏதோ ஒன்று – சுட்டிக்காட்டிக்கொண்டிருக்கும் தாயின் படங்களுக்குப் பொருத்தமான மாதிரிப்பெண் அவள். என் மனைவி.

மாறாக எங்கள் வீட்டு உதவியாள் நூற்றுக்கு நூறு விழுக்காடு யுத்தகாலக் குழந்தை. ரொட்டி, வெண்ணெய், நிலக்கரி எதுவும் உங்களுக்குத் தேவை என்றால் மணிக்கணக்காக வரிசையில் நிற்க வேண்டும் நீங்கள், சண்டை போட வேண்டும், ஊடுருவ வேண்டும், கள்ளத் திட்டம் போட வேண்டும். அப்புறம், இரவுகளில், விலங்கின் ஓலம்போல் விமானத் தாக்குதல் எச்சரிக்கைச் சங்கொலி கேட்கும்போது நீங்கள் கீழே பதுங்குமிடங்களுக்குப் போக வேண்டும். எங்கள் பகுதியில் அவசர கதியில் வெட்டப்பட்ட சில பள்ளங்கள் குறைவான மரப்பலகைகளோடும் தோண்டப்பட்ட மண் குவியல்கள் அவற்றின் மேல் பகுதியிலுமாக இருந்தன. முன்பு ஒரு காலத்தில் அந்தப் பள்ளங்களில் தலைக் கவசங்களோடு வீரர்கள் இருந்தனர். இப்போதோ கண்களையும் வாய்களையும் சுற்றிய கவலை ரேகைகளோடு குழந்தைகள். அப்புறம் அவள் தவறாகத் தைக்கப்பட்டிருந்த துணி ஒட்டுக்களைப் பிரித்துக் கொண்டவாறு எல்லா வகையான குதர்க்கமான கேள்விகளையும் கேட்டுக்கொண்டிருந்தது என் மனைவியின் நம்பிக்கையைச் சீர்குலைத்தது. அதுதான் அவளது முக்கியமான வேலை, எல்லா யுத்தகாலக் குழந்தைகளின் வேலையைப் போல: தோண்டு, சீர்குலை, அழி.

அப்புறம், இந்த நாட்களில், நான் ஏற்கெனவே சொன்னது போல், நான் கண்மூடித்தனமாகவும் வாய்ப்பே இல்லாமலும் அவள்மேல் காதலில் இருந்தேன். அவளுக்கும் அது தெரியும்,

அந்தக் குட்டிப் பிசாசு. அவள் எனது பங்கு ரொட்டியையும் வெண்ணெயையும் இறைச்சியையும் சாப்பிடுவாள். தனது வாயினுள் உண்வை இதமாகத் தள்ளுவாள், என்னை ஏறெடுத்துப் பார்ப்பாள், அவளது கண்கள் என்னும் ஏரியில் என்னை மூழ்கடிப்பாள். முதன்முதலாக எங்கள் வீட்டுக்கு வந்தபோது அவளுக்கு வயது பன்னிரண்டுக்கும் சற்று குறைவாக இருக்கும். அப்புறம், பின்னால் அவள் பதினெட்டை நெருங்கிக்கொண்டிருந்தபோது அதிகமான, இன்னும் அதிகமான நேரங்களில் வராமலிருந்தாள். ஆறு வருடங்கள் அவள் எங்களிடம் வந்துபோய் இருந்தது, ஒவ்வொரு இரவும் நான் வீட்டுக்குத் திரும்பியபோது ஒரு சொர்க்கமும் ஒரு நரகமும்: ஆரம்பத்தில் கிட்டத்தட்ட என் மகள்போல், கடைசி கட்டத்தில் என் மனைவிக்குப் பதிலிபோல. இளைஞர்கள் ஒட்டுப் புற்கள்போல் அவளைத் தொடர ஆரம்பித்தனர் – அவள் திகைக்கவைக்கும் அழகியாக மாறிக்கொண்டிருந்தாள். அப்புறம் யுத்தம் முடிவுக்கு வந்தது, உண்பதற்கு போதுமான உணவு கிடைத்தது, அவள் அதன் பின் வீட்டுக்கு வருவதில்லை. அவள் எங்கள் காலத்தின் குழந்தை. பல வருடங்களாக நான் அவளைக் காணவில்லை, அவள் எங்கிருக்கிறாள், என்ன வாழ்க்கை வாழ்ந்துகொண்டிருக்கிறாள் என்பதும் எனக்குத் தெரியாது.

இப்போது நான் என்னுடைய கவலைகளோடு ஒன்றிப் போனவாறு ரெயில் நிலைய வளாகத்தைக் கடந்து செல்கையில் அவளைச் சட்டென்று அடையாளம் கண்டேன். அவள் அப்போதுதான் தனது காருக்குள் ஏறினாள், ஸ்டியரிங் வட்டத்தில் தனது கையை வைத்த அந்த வேளையில்தான் திடீரென்று என்னைப் பார்த்தாள் – அவள் ஒரு மென்மயிர் கோட் அணிந்திருந்தாள். அப்புறம் மறுபடியும் அதே ஆளைக் கொல்லும் புன்னகையோடு காரை கியர் போட்டு ஓட்டிச் சென்றாள். அப்படியே, ஒரு ஹலோகூட இல்லாமல், அருகில் தேங்கிக் கிடந்த மழைநீர்க் குட்டையிலிருந்து கொஞ்சம் கலங்கிய நீர் எனது கால் சட்டையின் அடிப்பகுதியில் தெளித்தது.

அப்புறம் 15 வருடங்கள் கழித்து நான் வியஸேயை மறுபடியும் பார்த்தேன், கடவுளே, என்ன அதிர்ச்சி, அவனுடைய நைந்து போன கால் முதல் மிரண்டுபோன தலை வரை ஒரு கிழவனாக மாறியிருந்தான். உடனே நான் அவனது நீலச் சாயத்தில் பச்சை குத்தப்பட்டிருந்த அவனது கைகளைப் பார்த்தேன், முழுவதுமாக சுருங்கிப்போன அந்தத் தோலில் இப்போது நங்கூரங்களையும் சூரியன்களையும் கண்டுபிடிப்பது சிரமமாயிருந்தது. அதைவிட மோசம் என்னவென்றால் அவன் என்னை அடையாளம் கண்டுகொள்ளவில்லை.

நான் அவனிடம் கேட்டேன், அவனுக்கு இன்னும் அது ஞாபகமிருக்கிறதா அல்லது இது ஞாபகமிருக்கிறதா என்று, அந்த நாசமாய்ப் போன பணிவுத் தொனியில் அவன் சொன்னான்: 'எனக்குத் தெரிந்து அப்படி எதுவும் இல்லை, ஐயா.'

அப்புறம் இந்தப் புத்தகத்தின் முதற் பதிப்பு வெளிவந்தபோது எனக்கு உற்சாகமான தபால் அட்டை அனுப்பிய மனிதன் மீண்டும் என் நினைவுக்கு வருகிறான்: 'உங்களது சிறிய யுத்தத்தை என்னால் கீழே வைக்க முடியவில்லை, மேலும் கொஞ்சநாள் கழித்து நான் ஒரு நீண்ட கடிதத்தை அனுப்புவேன்.' அது நடந்தது பதினைந்து வருடங்களுக்கு முன்பு, அப்புறம் அந்தப் பயலிடமிருந்து எதுவும் இதுவரை கேள்விப்படவில்லை, எனவே, எனது புத்தகத்தைப் படித்து முடிக்க முயலும்போது அவன் அப்படியே விழுந்து செத்துவிட்டானோ என்று எண்ணிஎண்ணி எப்போதும் நான் என்னை வதைத்துக்கொண்டிருக்கிறேன்.

கடைசி வார்த்தை

இறந்துபோனவர்களைப் பற்றி ஒருவர் மோசமாகப் பேசக்கூடாது – ஆனால் திருமதி ஓன்டைன் பற்றி எதையாவது நல்லவிதமாக யோசிக்க முடியுமா என்று எனக்குத் தெரியவில்லை. அவள் ஒரு சூனியக்காரி, அவள் அப்படித்தான் இருந்தாள், அவள் வாழ்வின் ஒரே நோக்கம் எல்லாரையும் தொந்தரவு பண்ணுவது, வதைப்பது, குழப்பம் விளைவிப்பது, யுத்தம் மாறி யுத்தம் பார்வையாளியாக இருப்பது. காலையிலிருந்து இரவுவரை, தொட்டிலிலிருந்து கல்லறை வரை அவள் அந்த மாதிரி நடந்துகொண்டதற்கு எந்த வகையான விஷம் அவளுக்குள் இருந்து அவளைக் கரும்பிக்கொண்டிருந்ததோ? அவளுக்கு நோஞ்சான் கணவன் இருந்தான் – அவளது நிழலில் தேய்ந்து கொண்டு, எப்போதாவது குடித்துவிட்டு, ரகளை பண்ணிக்கொண்டு, பிறகு பாதுகாப்பான தூரத்தில் நின்று அவளைக் கொலை செய்யப்போவதாகக் கத்துவான். அவளுக்கு அடங்காப்பிடாரிகளான குழந்தைகளும் இருந்தனர், அவர்களைப் புனிதர் களாக வளர்க்க அவள் முயன்றாள். ஆனால் கிட்டத்தட்ட எல்லா நாளும் இரவு உணவு தராமல் அவள் அவர்களைப் படுக்கைக்கு விரட்ட வேண்டியிருந்தது. மாடியில் அவர்களைப் பூட்டி விட்டு அவள் வெளியே போய்ச் சுற்றிச்சுற்றி வம்பு பேசுவாள் எல்லாரையும் பற்றி மட்டமாக. ஒரு வால்நட்சத்திரம்போல் வெறுப்பையும் முரண்பாடுகளையும் வாலாக இழுத்துக்கொண்டு அவள் வலம் வந்தாள். இதே நேரத்தில் அவளது

அந்தப் புனித பூதங்கள் அவர்களது சின்ன, அருவருப்பான வீட்டை அலங்கோலமாக்குவார்கள். அவள் சொன்னாள்: எனது குழந்தைகள் மரியாதையோடு வளர்க்கப்பட்டிருக்கிறார்கள், ஏனெனில் மரியாதை பெறுவதானே வாழ்க்கையில் ஒருவர் அடையும் உயர்ந்த நிலை, மரியாதைக்குரியவளே, சீமாட்டியே என்று அழைக்கப்படுவது. மேலும் வாழ்நாள் முழுவதும் அவள் அதற்கான வெளி அடையாளங்களை – பணம், வங்கிக் கணக்கு, தபாலாபீஸ் சேமிப்புப் புத்தகம் – கைப்பற்றுவதற்கு அதிதீவிர முயற்சியோடு ஈடுபட்டாள். அவளால் எப்போதும் அதை அடைய முடியாமலாயிற்று. அவளுக்குச் சொந்தமானதென்று சொல்லிக்கொள்வதற்கு ஒரு நாற்காலிகூட – அது எவ்வளவு கிறீச்சிடுவதாக இருந்தாலும் – இல்லை. அப்புறம் ஒரு தடவை, முதல் உலகப் போர் வெற்றியோடு தோல்வியானபோது பிளான்டர்ஸ் போர் முனையிலிருந்து தோற்கடிக்கப்பட்ட ஜெர்மானியப் படையினர் – என்னுடைய குழந்தைப் பருவக் கண்களால் அவர்களைப் பார்த்தது இப்போதும் எனக்குக் காட்சியாக இருக்கிறது – தள்ளாடிக்கொண்டு, ரத்தம் வழிய, நாற்றத்தோடு கிழிந்த தொங்கும் ராணுவ உடைகளோடு பின்வாங்கிப் போகும்போது அவள் நிஜமாகவே தனக்கு ஜாக்பாட் அடித்துவிட்டதாக நினைத்தாள். அவர்கள் முடிந்து போய்விட்ட கிரிங்கையும் அவர்களால் இனிமேல் பார்க்க முடியாத ஹெய்மாட்டையும் பாடிக்கொண்டு போனார்கள், அப்புறம் போகும் வழியில் அப்படியே ஆயிரமாயிரம் மார்க் நோட்டுக்களை வீசினார்கள். வேறு யாரும் தெருவுக்குப் போகத் துணியவில்லை. திருமதி ஒன்டைன் மட்டும் சீவப்படாத தலைமுடி இழைஇழையாகத் தொங்க, எண்ணெய் உணவுக் கறை படிந்து படுக்கையில் கசங்கிய நீள் பாவாடையோடு, நீளக் காலுறைகள் கரண்டை வரை இருக்க அவளது வெளி மேல் துணியைப் படபடவென பறந்துகொண்டிருந்த மார்க்குகளைப் பிடிப்பதற் காக விரித்துக்கொண்டு தெருவுக்கு வந்தாள். அவ்வப்போது அங்குமிங்கும் ஓடுவதை நிறுத்திவிட்டு நோட்டுகளால் நிறைந்த தனது மேல்துணியைத் திறந்து வானத்துக்குக் காட்டுவாள், அப்புறம் அவளுடைய சாம்பல் நிறப் பற்கள் எல்லாம் தெரியும்படி சிரிப்பாள். பிறகு, அந்த நோட்டுகளெல்லாம் பயனற்றவை என்பது தெரியவந்தது, நிச்சயமாக, பத்து லட்சம் மார்க்குகளால் ஒரு ரொட்டியைக்கூட வாங்க முடியாது. அவள் கிட்டத்தட்ட பைத்தியம் பிடித்தவள் போலானாள், அவர்கள் வலுக்கட்டாயமாக அவளிடமிருந்த நோட்டுகளைப் பறித்து முற்றத்தில் வைத்து எரித்தனர்.

'மறுபடியும் யுத்தம் வரும்வரை காத்திருங்கள்!' அவள் பிறகு சொன்னாள். அப்புறம் அவளது கணவனையும்

அடங்காப்பிடாரிக் குழந்தைகளையும் அவளது கனவுகளை நனவாக்கப்போகின்ற வரக்கூடிய யுத்தத்தைக் குறிவைத்து கவனப்படுத்தி வந்தாள். யுத்தம் வந்தது, அவளது பூதங்களுள் இளையவன் கொல்லப்பட்டான், மூத்தவன் ஒரு கருஞ்சட்டைக் காரனானான். அப்புறம் ஓன்டைன் என்னவானாள்? அந்தக் காலகட்டத்தில் அவள் அதிக வயதாகியும், நரைத்துப் போயும், சுகவீனமாகவும் இருந்தாள், ஒருநாள், யாருக்குத் தெரியும் எதற்காக என்று, வரிசையில் நின்றதுபோல முடிவை எய்தினாள். அவள் வாழ்ந்த இடத்திலேயே செத்துப்போனாள், தெருவில்.

ஆனால் அவளது கண்கள் மங்கிக்கொண்டிருந்தபோது எப்படியோ மிகவும் அழகான ஒன்றை அவளால் சொல்ல முடிந்தது. அது அவளது கடைசி வார்த்தைகளாக ஒலித்தவை மட்டுமல்லாமல் இந்தப் புத்தகத்தின் கடைசி வரியாகவும் இருக்கிறது.

இவை எல்லாவற்றிற்கும் அர்த்தம்தான் என்ன?